झटपट

व्यक्तिमत्वविकास

स्वपरिवर्तनाचे नवीन तंत्र

सं जी व प र ळी क र

मेहता पब्लिशिंग हाऊस

Please contact us at **Mehta Publishing House,** 1941, Madiwale Colony, Sadashiv Peth, Pune 411030.
✆ +91 020-24476924 / 24460313
Email : info@mehtapublishinghouse.com
production@mehtapublishinghouse.com
sales@mehtapublishinghouse.com
Website : www.mehtapublishinghouse.com

- *या पुस्तकातील लेखकाची मते, घटना, वर्णने ही त्या लेखकाची असून त्याच्याशी प्रकाशक सहमत असतीलच असे नाही.*

ZATPAT VYAKTIMATVAVIKAS : SWAPARIVARTANACHE NAVIN TANTRA by SANJEEV PARALIKAR

झटपट व्यक्तिमत्वविकास : स्वपरिवर्तनाचे नवीन तंत्र

© अनिता परळीकर

प्रकाशक : सुनील अनिल मेहता, मेहता पब्लिशिंग हाऊस,
१९४१, सदाशिव पेठ, माडीवाले कॉलनी, पुणे – ४११०३०.

प्रकाशनकाल : मे, २००७ / नोव्हेंबर, २००७ / ऑक्टोबर, २००८ /
डिसेंबर, २००९ / जानेवारी, २०१२ / एप्रिल, २०१३ /
पुनर्मुद्रण : ऑक्टोबर, २०१५

मुखपृष्ठ : चंद्रमोहन कुलकर्णी

आतील चित्रे : चंद्रशेखर जोशी

10 Digits ISBN 8177667939
13 Digits ISBN 9788177667936
ISBN for E-Book 9788184988956

मनोगत

आजचे जग स्पर्धेचे आहे. तंत्रज्ञानाच्या विकासामुळे प्रत्येक क्षेत्रात स्पर्धा पसरू लागली आहे. ह्या स्पर्धेत जो वेगाने कारवाई करेल तो टिकाव धरू शकेल. आपल्या कारवाईचा वेग वाढवायचा हे काही सोपे काम नव्हे. त्यासाठी अनेक नवीन कौशल्ये शिकावी लागतात. नवीन सवयी आत्मसात कराव्या लागतात. स्वत:ला प्रेरित करावे लागते. स्वत:ला बदलावे लागते.

स्वत:ला बदलण्याच्या कार्यामध्ये आपली मराठी मुलं फारच मागे दिसतात; परंतु खंत अशी वाटते की 'मोडेन पण वाकणार नाही हा आमचा बाणा आहे' असं म्हणून ते स्वत:चं समर्थन करतात. वादळ येते तेव्हा खरोखरीच मोठे वृक्ष मोडून जातात व त्याच वृक्षाखालचे लवचिक गवत मात्र चांगले तग धरून रहाते. त्यामुळे वादळी परिस्थितीचा यशस्वी सामना करण्यासाठी लवचिकता हे एक चांगले धोरण होऊ शकते, हे आपण लक्षात घेतले पाहिजे. आज माहिती आणि तंत्रज्ञानाचे वादळच उठले आहे. तेव्हा स्वत:ला बदलाल तर वाचाल हे परवलीचे वाक्य झालेले आहे.

बरं, व्यक्तिमत्व कसे सुधारावे ह्यासाठी बाजारात अनेक कार्यक्रम उपलब्ध आहेत; परंतु त्यांच्या वेळा सांभाळणं अनेकांना जमत नाही. शिवाय, त्यातील बहुतांश कार्यक्रम इंग्रजी भाषेतून घेतले जातात. ही तर एक मोठीच अडचण आपल्या मराठी मुलांपुढे असते.

कोणत्याही अटीतटीच्या वेळी मराठी माणसाने माघार घेतलेली नाही, हा महाराष्ट्राचा इतिहास आहे. आज रोजगार मिळवायचा म्हणजे अटीतटीची परिस्थिती. अशा वेळेस आपल्या मुलांनी मागे राहू नये अशी इच्छा आहे आणि म्हणूनच ही पुस्तिका लिहिण्याची उठाठेव केली आहे. बाकी श्रींची इच्छा!

– संजीव परळीकर

अनुक्रम

१. यशाचे नवीन शास्त्र / १
२. मनोधारणेतील परिवर्तन / ४
३. झटपट व्यक्तिमत्वविकास म्हणजे काय? / १३
४. चला, प्रेरित होऊया / ४०
५. झटपट बदल - फक्त तीन दिवसांत / ५६

१
यशाचे नवीन शास्त्र

आजचा जमाना हा 'इन्स्टन्ट'चा जमाना आहे. येथे सर्व काही इन्स्टन्ट हवे असते. म्हणजेच झटपट हवे असते. कोणालाही थांबायला वेळ नाही. इन्स्टन्ट कॉफी, इन्स्टन्ट नुडल्स, इन्स्टन्ट पिझ्झा, सर्व काही इन्स्टन्ट. आणि तंत्रज्ञानाच्या विकासामुळे तर ह्या इन्स्टन्टचा वेगही इतका वाढला आहे की काही विचारायला नको. मला आठवतंय, पूर्वी मुंबईत जेव्हा टीव्ही नवीन नवीन सुरू झाला होता, तेव्हा घरी टीव्हीचे बटण चालू केल्यावर पहिली पाच मिनिटे टीव्हीवर काहीही दिसायचे नाही. पाच मिनिटांनी टीव्ही गरम झाला की मग कार्यक्रम दिसायला सुरुवात व्हायची. आज सगळे काही बदलले आहे. आज इन्स्टन्टचा जमाना आहे. आजच्या पिढीला बटण चालू केल्याबरोबर पाच मिनिटं नुसतं वाट बघत रहायचं, ही कल्पनासुद्धा सहन होणार नाही.

आजच्या पिढीला यशसुद्धा इन्स्टन्ट हवे आहे; पण ते मात्र इन्स्टन्ट मिळत नाही. कारण त्यासाठी आपल्याला मेहनत करावी लागते. परंतु मेहनत तर आपण आयुष्यभर करतच असतो. मग यश का मिळत नाही? आता येथे मुद्दा असा उपस्थित होतो की मेहनत करणारे बरेच लोक असतात; पण सगळेच यशस्वी होत नाहीत, कारण त्यांना मेहनत कशावर करायची हे माहीत नसतं. यशासाठी यशस्वी लोकांचे गुण स्वत:मध्ये उतरवायला लागतात. ह्यासाठी प्रचंड मेहनत करावी लागते. गंमत अशी आहे की यशस्वी लोकांचे बहुतांश गुण, सवयी आणि दृष्टिकोन सामान्य माणसाला आवडणारे नसतात. आपल्याला न आवडणारे गुण, सवयी, दृष्टिकोन, कौशल्य वगैरे वगैरे आत्मसात करायचे म्हणजे अशक्यच बाब असते. कारण येथे स्वत:ला बदलायचा प्रश्न येतो, स्वत:च्या आवडीला मुरड घालायचा प्रश्न येतो, स्वत:चे दृष्टिकोन बदलायचा प्रश्न येतो. आता त्यासाठीसुद्धा नवीन तंत्र उपलब्ध झाले आहे. चला, एक नजर टाकूया त्यावर; परंतु तत्पूर्वी हे शास्त्र ज्यांनी विकसित केलं आहे त्या शास्त्रज्ञांची ओळख करून घेऊया.

स्टीव्ह ॲन्ड्रीस *(एम. ए.)* ह्यांनी हे शास्त्र विकसित करण्याकरता अमेरिकेत बरेच संशोधन केले आहे. या संशोधनावर आधारीत असलेले त्यांचे लेखन प्रसिद्ध आहे. आणि या शास्त्राच्या प्रचारासाठी ते प्रशिक्षणवर्गही घेतात. एकदा एका

प्रशिक्षणाच्या दरम्यान एका स्त्रीचा त्यांच्याशी परिचय झाला. ती स्त्री त्यांना तिच्या पूर्वायुष्याबद्दल सांगू लागली. तिच्या पूर्वायुष्यात तिने अनेक नरकयातना भोगल्या होत्या. अनेक लाजिरवाणे प्रसंग अनुभवलेले होते व अनेक दु:खं भोगलेली होती. तिला ह्या सगळ्या आठवणी तिच्या जीवनातून पुसून टाकायच्या होत्या; परंतु ती त्या आठवणी पुसून टाकण्यासाठी जितका प्रयत्न करत होती, तितक्या त्या आठवणी ठळक होत होत्या. त्या भूतकाळातील आठवणींमुळे तिच्या वर्तमानातील आनंदावर विरजण पडत असे. स्टीव्हने तिला हळुवारपणे विचारले की कोणत्या घटनांमुळे तिचा आनंद द्विगुणीत होईल. त्यासरशी तिचा चेहरा उजळला. ती तिच्या व्यावसायिक यशाबद्दल बोलू लागली. स्टीव्हने तिला आणखी काही चमत्कारिक प्रश्न विचारले. निदान तिला तरी ते चमत्कारिक वाटले. आजपर्यंत असले प्रश्न कोणी विचारले नव्हते; परंतु प्रत्येक प्रश्नामुळे तिचा चेहरा उजळत होता. ती उत्साहाने त्या घटनेबद्दल बोलत होती. एक प्रसंग झाला, दुसरा झाला, तिसरा झाला. आता स्टीव्हने तिला त्या घटनांचे कल्पनाचित्र (*व्हिजुलायझेशन*) रंगवायला शिकवलं. ती कल्पनाचित्रं ठळक करायला शिकवलं. त्याने ती चित्रं इतकी ठळक केली की त्यामुळे तिची भूतकाळातील चित्रं पुसट झाली. शेवटी तिचे डोळे अश्रूंनी भरले; पण ते अश्रू दु:खाचे नव्हते तर आनंदाश्रू होते. तिच्या भूतकाळातील कटू आठवणी जरी पुसल्या गेल्या नाहीत तरी त्याची तीव्रता इतकी कमी झालेली होती, की त्यामुळे वर्तमानातील आनंद घेता येत होता. हे सगळे फक्त अर्ध्या तासात झाले.

चार्लस् फॉकनर हे अमेरिकेतील एक प्रख्यात लेखक. त्यांची एका मोठ्या कंपनीच्या अर्थखात्याच्या प्रमुखाशी ओळख झाली. हे प्रमुख एवढ्या मोठ्या पदावर होते की त्यांच्या एका निर्णयामुळे कोट्यवधी डॉलर्सची उलाढाल होत होती किंवा थांबूही शकत होती. त्यांनी फळ्यावर लिहिलेल्या विश्लेषणावरून चार्लस्ने त्यांची निर्णयपद्धती चित्रांच्या भाषेत विस्तृत केली. ती चित्राची भाषा इतकी सोपी होती की बाकीच्यांच्या डोक्यात लख्ख प्रकाश पडला. हीच पद्धत आपणही आपल्या आयुष्यात वापरून यश संपादन करू शकतो, असा सगळ्यांना बोध झाला. पाच मिनिटांत यशस्वी माणसाचे गुपित उपस्थितांनी आत्मसात केले.

केली गेर्लींग *(Ph.D.)* अमेरिकेतील प्रख्यात प्रशिक्षक. केली एकदा एका मोठ्या कंपनीच्या संचालक मंडळाच्या बैठकीला गेला होता. आत शिरल्याबरोबर, मंडळातील सभासदांच्या अहंकारी स्वभावामुळे वातावरण आधीच कलुषित झालेले आहे, हे त्याच्या लगेच लक्षात आले. योग्य संधी मिळाल्यावर त्याने चर्चा सुरू केली. सर्वप्रथम त्याने प्रत्येकाची मते जाणून घेतली. त्यानंतर त्याने प्रत्येकाला त्यांच्या जीवनविषयक दृष्टिकोनावर बोलायला लावले. प्रत्येकजण आपापल्या

दृष्टिकोनावर बोलला. आजपर्यंत अशी चर्चा संचालक मंडळात कोणीच केलेली नव्हती, हे सगळ्यांच्या लक्षात आले. त्यानंतर त्याने हे दृष्टिकोन माणुसकीच्या कोणत्या तत्त्वांवर आधारीत आहेत, ह्याबद्दल विचारणा केली. प्रत्येक सभासदाने आपापली जीवनविषयक तत्त्वे सांगितली. संचालक मंडळाची चर्चा आता एका वेगळ्याच दिशेला जाऊ लागली. दोन दिवसांनी तर पूर्णपणे बदललेले दृश्य सर्वांच्या दृष्टीस पडले. संचालक मंडळाने त्या तत्त्वांवर आधारीत दूरगामी धोरण आखले. काही दिवसांतच संपूर्ण कंपनीमध्ये ह्या तत्त्वांची लागण झाली व त्यामुळे कर्मचारीही प्रेरित होऊन काम करायला लागले. कामाच्या पद्धतीमध्ये परिवर्तन झाले होते व स्पर्धेमध्ये कंपनी आपलं अव्वल स्थान टिकवू शकली.

टिम हॉलबॉम *(M.S.W.)* अमेरिकेतील आरोग्यासंबंधी प्रशिक्षक. बऱ्याच वेळा ॲलर्जी हा मानसिक विकार असू शकतो व तो औषधाशिवाय दूर करता येऊ शकतो, असा विचार टिमने एका सेमिनारमध्ये मांडला. लगेच एका व्यक्तीने त्याचे लक्ष वेधून घेतले. त्या व्यक्तीला बऱ्याच खाद्यपदार्थांची ॲलर्जी होती. आठवड्याला दोनशे डॉलर्स एवढा औषधाचा खर्च होता. टिमने काळजीपूर्वक त्या व्यक्तीला हाताळले व एका दिवसात तो ॲलर्जीतून मुक्त झाला.

वर दिलेले प्रसंग म्हणजे चमत्कार किंवा जादुटोणा वगैरे काहीही नाही, अगदी शास्त्रशुद्ध अभ्यास आहे, हे ह्या शास्त्रज्ञांनी सिद्ध केलेलं आहे. ह्या शास्त्राला इंग्रजीमध्ये एन्. एल्. पी. *(N.L.P. - Neuro Linguistic Programming)* असे म्हणतात. एन्. एल्. पी.च्या मूळ इंग्रजी पुस्तकावरून ही छोटीशी पुस्तिका लिहिलेली आहे. हे शास्त्र कोणालाही अंमलात आणता येऊ शकतं. तुम्ही ह्याचा मनापासून अभ्यास केलात तर तुम्हालाही असाच अनुभव येईल.

२

मनोधारणेतील परिवर्तन

चला, परिवर्तनशील जगात शिरूया.

परिवर्तन हा जगाचा नियम आहे. हे पुस्तक वाचून तुम्हाला ह्या नियमाची प्रचीती येईल. हे पुस्तक तुमच्यात परिवर्तन घडवून आणणार आहे. ह्या पुस्तकात विशद केलेल्या शास्त्राचा उपयोग केल्याने अनेकांना बदलून टाकले. विशेष म्हणजे हे परिवर्तन इतक्या अल्पकाळात झाले, की यातील काही युक्त्या वाचण्यास जितका वेळ लागेल अगदी तेवढ्याच वेळात ते परिवर्तन झाले होते. न्यूनगंडाने पछाडलेल्या व्यक्तीचे पूर्ण व्यक्तीत परिवर्तन झाले होते. निराशेचे रूपांतर प्रचंड इच्छाशक्तीमध्ये झालेले होते. सततच्या काळजीचे रूपांतर उच्च प्रतीच्या ध्येयामध्ये झालेले होते. असे अनेक प्रकारचे अनुभव अनेकांना आलेले आहेत.

हे सर्व गेल्या दहा वर्षांच्या शास्त्रोक्त संशोधनातून घडलेले आहे. अनेक प्रशिक्षकांनी वेगवेगळ्या प्रशिक्षण कार्यक्रमांतून वरील प्रकारच्या परिवर्तनाची शक्यता जगापुढे मांडली आहे. तुम्ही संचालक असा किंवा शिपाई असा, विक्रेता असा किंवा ग्राहक असा, पालक असा किंवा पाल्य असा, सुदृढ असा किंवा कर्करोगपीडित असा, परिवर्तनाची शक्यता सर्वांना सारखीच लागू होते.

आपण कित्येक वेळा वेगवेगळ्या निमित्ताने संकल्प करून स्वत:मध्ये बदल घडवून आणायचा प्रयत्न करतो. उदा. नवीन वर्षांचे संकल्प, चातुर्मासानिमित्त संकल्प, श्रावण महिन्यानिमित्त संकल्प, वगैरे वगैरे. माझी खात्री आहे की तुमच्यापैकी कित्येकांनी असले अनेक संकल्प अनेक वेळा केले असतीलच. 'आजपासून मी डायरी लिहिणार', 'आजपासून मी व्यायाम करणार', 'आजपासून मी सकाळी लवकर उठणार', 'आजपासून मी माझा रागीट स्वभाव बदलणार', हे असले संकल्प आपल्या नक्कीच परिचयाचे असणार; परंतु तेरड्याचा रंग तीन दिवसच टिकतो. त्यामुळे काही दिवसांनंतर ह्या संकल्पाचं काय होतं ते काही वेगळं सांगायला नकोच. असले संकल्प तात्पुरता बदल करून आणतात खरे; पण कायमस्वरूपी परिवर्तन घडवून आणू शकत नाहीत. तुरळक प्रमाणात हे संकल्प सिद्धीस गेलेले दिसतातही; पण अगदी क्वचितच. बहुतेक वेळा ह्या 'तेरड्याचा' रंग अक्षरश: तीन दिवससुद्धा टिकत नाही. कधीकधी असाही अनुभव येतो की

एखादा संकल्प अगदी मनापासून केला तरी तो नाही म्हणजे नाहीच सिद्धीस जात. विशेष म्हणजे काहीही केलं तरी तो का तडीस जात नाही हेसुद्धा कळत नाही. ह्याच कारणांमुळे शास्त्रज्ञ परिवर्तनाच्या अगदी मुळाशी पोहोचले व त्यांनी आपल्यातील बदलांच्या प्रक्रियेची पाळंमुळं खणून काढली. शास्त्रज्ञांना ह्या दोन्ही प्रक्रियेतील फरक जाणून घ्यायचा होता. आपल्यातील काही बदल जेमतेम काही दिवसच टिकतात, तर काही जवळजवळ कायमचे टिकतात व ते आपल्यात परिवर्तन घडवून आणतात. खूषखबर अशी आहे की शास्त्रज्ञांना त्याचे मूळ हाती लागले आहे. गंमत अशी की ते तुमच्याही हाती लागू शकते. ह्या पुस्तकाद्वारे नेमका हाच प्रयत्न मी करीत आहे व हे शास्त्र तुमच्यापुढे सादर करीत आहे.

यातना किंवा बदल :

आपल्यापैकी प्रत्येकालाच, आपण 'कुणीतरी' व्हावे असे कधी ना कधी तरी वाटत असते. आपल्यात बदल हवा असतो व आपण तो करायचा ठरवितो. तुम्हाला आठवतेय का, गेल्या खेपेस तुम्ही स्वत:ला कोणत्या प्रकारे बदलायचे ठरवले होते? एखादी चांगली सवय लावायचे ठरवले असेल किंवा एखादी वाईट सवय सोडून द्यायची ठरवली असेल, दुसऱ्या एखाद्याने वजन कमी करायचे ठरवले असेल किंवा खाण्याच्या सवयी बदलायच्या असे ठरवले असेल. सारांश काय, आपल्यात बदल व्हावा असे आपल्याला वाटत असते.

आता आपण पाहूया, की ह्यानंतर आपण काय करतो. काहीजण अगदी मनाचा निश्चय करतात व त्याची कुठेतरी लेखी नोंद करतात. काही आपल्या नातेवाईक मंडळींमध्ये किंवा मित्रमंडळींमध्ये घोषणा करतात, तर काही अभ्यासू मंडळी लगेच तत्संबंधी पुस्तके विकत घेतात. काहीजण मुद्दामहून महागडी पुस्तके विकत घेतात; कारण त्यामुळे त्यांच्या मनावर पुस्तके वाचण्यास दबाव येतो म्हणे. काहीजण लगेच एखादा प्रशिक्षण कार्यक्रम शोधतात व त्यासाठी नाव नोंदवतात. हा कार्यक्रम जितका महाग तेवढा चांगला, कारण पैसे खर्च केलेत या विचाराचा दबाव जास्त असतो; परंतु काही महिन्यांनंतर बघावे तर लेखी नोंद कुठल्याकुठे गेलेली असते, पुस्तकांवर धूळ साठलेली असते, तर प्रशिक्षणातील गोष्टी कशा अव्यवहार्य आहेत हे सांगण्याची चढाओढ सुरू झालेली असते. नातेवाईक आणि मित्रमंडळी हा सर्व प्रकार उघड्या डोळ्यांनी पाहतात व आपण कशाला बोला! असे मनातल्या मनात कोरडी सहानुभूती दाखवून गप्प बसतात. ह्यापेक्षा काही वेगळा अनुभव आहे का तुमचा?

होय, मला माहीत आहे, काहींचा अनुभव वेगळा आहे. काहीजण त्यांच्या लेखी नोंदीप्रमाणे यशस्वी होतात. स्वत:मध्ये बदल घडवून आणतात; पण तो

अंगवळणी पडायच्या आतच त्यांचा मूळचा पिंड डोकावू लागतो. असे म्हणतात की चंद्र कलेकलेने वाढतो, त्याउलट ह्यांचा डोकावू लागलेला मूळचा पिंड किलोकिलोने वाढतो आणि वाढणाऱ्या प्रत्येक किलोकडे असहायतेने पाहत बसण्यापलीकडे ह्यांना काहीही करता येत नाही. मूळचा पिंड अधिक सुदृढ होतो, मूळची वृत्ती अधिक बळावते. विशेषत: ती जर वजन कमी करण्यासंबंधात असेल किंवा जीवनशैली बदलण्यासंबंधात असेल तर स्पष्टपणे दिसू लागते. सुरुवातीला सर्व काही अगदी ठरवल्याप्रमाणे घडत जाते, त्यांना व्यवस्थित यश मिळते. योग्य प्रमाणात वजन कमी होते; परंतु कोण्याएका मोहाच्या प्रसंगी जिभेवर ताबा न ठेवण्याची वृत्ती बळावते व त्यानंतर परतीचा प्रवास फारच वेगाने होतो. मूळच्या वजनात उलट काही किलो वाढलेलेच असतात.

तसे बघितले तर आपण ज्या जगात राहतो त्याच्याशी हे अगदी विसंगत आहे. आपल्या भोवतालचे जग तर सतत बदलतच असते. साधे बाजारात बघितले तर रोजच्या रोज नवीन उत्पादने येत असतात व प्रचलित उत्पादनावर कुरघोडी करून त्यांना अप्रचलित बनवितात. लहान मुले सहजरित्या संगणकावर खेळ खेळतात, त्यातील आपल्याला ओ की ठो कळत नाही. सध्याच्या जगात तर नव्याने प्रशिक्षण घेतल्याशिवाय आपली नोकरी टिकवणेसुद्धा कठीण झालेले आहे.

म्हणजेच, जग परिवर्तनशील आहे. जगात बदल हा अव्याहतपणे होतच असतो, आपल्याला हे माहीत आहे. आपल्या आजुबाजूला तो घडतच असतो, प्रत्येक स्तरावर होत असतो; परंतु जोपर्यंत तो अवतीभवती होत असतो तोपर्यंत त्याचे काही वाटत नाही. पण जेव्हा स्वत:ला बदलायची वेळ येते तेव्हा मात्र बाका प्रसंग उभा राहतो. खरेच स्वत:ला बदलणे एवढे कठीण काम आहे का?

आता जरा स्वत:कडे वेगळ्या दृष्टीने पाहूया. तुम्हाला जाणवेल की तुम्हीसुद्धा अव्याहतपणे बदलतच आहात. तुम्ही जीवनाच्या प्रवासाला सुरुवात केली तेव्हा चिंगुलं बाळ होतात, नुसता मांसाचा गोळा. त्यानंतर बाल्यावस्थेत प्रवेश केलात, तारुण्यात प्रवेश केलात व नंतर प्रौढावस्थेत आलात. प्रत्येक क्षणाला तुमचे शरीर बदलत आहे. तुमच्या परवानगीशिवाय त्यात दृश्य व अदृश्य बदल होत आहेत. तुम्हाला एकेकाळी चॉकलेट अतिशय आवडत होते, आइस्क्रीम आवडत होते, खेळणी आवडत होती, बाहुली आवडत होती; परंतु आज त्या यादीत बदल झालेला आहे. एखाद्याला आइस्क्रीम किंवा चॉकलेट अजूनही आवडत असतील हे मान्य करावे लागेल; परंतु हेही मान्य करावे लागेल की त्याच्या यादीतील अग्रक्रम बदललेला आहे. त्या वेळी तुमच्या ध्यानीमनीही नसलेल्या गोष्टी आता जास्त महत्त्वाच्या झालेल्या आहेत. वर्षानुवर्षांच्या प्रवासात ही क्रमवारी खेळण्यांपासून सुरुवात होऊन चॉकलेट, आइस्क्रीमवरून घसरून मैदानी खेळांवरून, नाक्यावरच्या

गप्पांवरून, नवीन कपड्यांवरून, सिनेमावरून, मित्रमैत्रिणींबरोबरच्या सहलींवरून, स्कूटर किंवा मोटरसायकलवरून, हॉटेलवरून, दागदागिन्यांवरून, मद्यावरून, मदिराक्षीवरून घसरून काही भलत्याच गोष्टींवर येऊन कधी स्थिरावली, हे कळलेच नाही. अगदी कालपरवासुद्धा तुम्ही काही गोष्टी अगदी सहजपणे बदलल्या असतील. उदाहरणार्थ, एखादा खाद्यपदार्थ नावडणाऱ्या किंवा आवडणाऱ्या यादीत असेल आणि अचानक जाणवू लागले असेल की तो पदार्थ अगदी सहजपणे खाल्ला जात आहे किंवा वर्ज्य केला जात आहे. यादीतील त्याचा क्रम अगदी नकळतपणे बदललेला आहे. एखादी नवीन आवड निर्माण झाली असेल वा नवीन छंद विकसित झाला असेल. सांगायची गोष्ट अशी की तुमच्यातील हा बदल तुमच्या कधी लक्षातच आला नसेल. उलट, तुमच्या मित्रमंडळींच्याच लक्षात सर्वप्रथम आला असेल व त्यांनी सांगितल्यावर तुम्ही म्हणाला असाल, अरेच्या, खरे की काय, हो, खरेच की माझी मते बदललेली आहेत.

परिवर्तनाची कार्यपद्धती जर अव्वल दर्जाची असेल तर एखादा बदल सहजरीत्या का होतो व एखादा अतिशय कठीण का जातो, ह्याचे स्पष्टीकरण त्या कार्यपद्धतीने दिले पाहिजे. ह्याचे कारण असे की आपण ज्या बदलांविषयी बोलत आहोत ते बदल होण्याकरिता वर्षानुवर्षांची गरज नसते. खरे म्हणजे बदल क्षणार्धात होतात. चार लोकांसमोर बोलायचे म्हटले की वर्षानुवर्षं तुमची भंबेरी उडत होती; पण अचानक एक दिवस लक्षात आले की तसे काहीच होत नाहीये. घरी आले की टेलिव्हिजन समोर बसायचे ही तुमची वर्षानुवर्षांची सवय होती; परंतु अचानक एक दिवस असा आला की त्या दिवशी टेलिव्हिजनपेक्षा तुम्ही मोकळ्या हवेत फिरायला जाणे पसंत केले व त्या दिवसापासून तुमची सवय बदलली. शाळेत जायचा तुम्हाला अतिशय कंटाळा येत होता किंवा एखादा विषय तुम्हाला अतिशय छळत होता. त्या विषयाला हात घालायचा म्हणजे महाकर्मकठीण काम; परंतु अचानक एक दिवस हे सर्व बदललेले होते.

आपल्याला जीवनात जे जे काही साधायचे असते ते ते सर्वकाही अतिशय सोपे व सोयीस्कर असायला हवे, अशी आपणा सर्वांची अपेक्षा असते. काहीही तोशीष न पडता चावी आत सरकवल्याबरोबर गाडी पटकन सुरू होते, अशी कोणीही तक्रार करत नाही. आमचा रिमोटकंट्रोल खूप त्रास वाचवतो व आम्हाला पाहिजे ती वाहिनी अगदी बिनचूक दाखवतो, अशी तक्रार कधी ऐकलीय? बदल घडवून आणण्याकरता किती कष्ट पडले ह्यावरच आपण त्याचं महत्त्व तोलतो, ही आपली खरे तर विकृतीच आहे. आपण म्हणतो 'टाकीचे घाव सोसल्याशिवाय देवपण येत नाही.' जणू काही जे जे कष्टदायक आहे ते ते सर्व चांगले आहे. अहो, ते जर चांगले असते तर ते टाळण्यापेक्षा आपण सर्वजण उलट त्याकडे धावून

नसतो का गेलो? कष्ट आणि यातना हाच जर यशाचा राजमार्ग असता तर सगळेजण फक्त त्याच रस्त्यावरून जाताना दिसले असते. कष्ट आणि यातना ही तर आपल्या कमकुवत कार्यपद्धतीची लक्षणे आहेत. ही लक्षणे आपल्याला ओरडून सांगत असतात की आता बदल आवश्यक आहे. यश मिळत नसले तरीही दीर्घकाळ ढोरमेहनत करत राहणे, हे चुकीच्या कार्यपद्धतीचे लक्षण आहे. येथे बदल आवश्यक आहे. खरे म्हणजे आपण समजून घ्यायला पाहिजे की कष्ट, यातना, तोशीष, ढोरमेहनत, दीर्घ प्रतिक्षा ही सगळी लक्षणे आहेत. ही लक्षणे आपल्याला सांगत असतात की बदल आवश्यक आहे.

मेंदूचे सॉफ्टवेअर :

मध्यंतरी संगणकाने सर्व शास्त्रज्ञांचे लक्ष वेधून घेतले होते. जर आपला मेंदू हा संगणकाप्रमाणे आहे तर आपले विचार, आचार, कृती हे सारं म्हणजे त्याचा सॉफ्टवेअर प्रोग्राम आहेत. ज्याप्रमाणे संगणकातील सॉफ्टवेअर बदलता येते त्याप्रमाणेच मेंदूचेही सॉफ्टवेअर बदलता आले तर त्याचेही संगणकाप्रमाणेच परिणाम होतील व आपली कृती ताबडतोब बदलू शकेल. आपल्याला आपले विचार, भावना, कृती आणि आपले जीवन हे झटक्यासरशी बदलता येईल.

मेंदूची तुलना संगणकाशी केल्यामुळे काही वेळेस बदल कठीण का होतात, ह्या प्रश्नाचे स्पष्टीकरण मिळते. आपल्याला कितीही वाटले, कितीही आशा केली तरी जोपर्यंत मेंदूचे सॉफ्टवेअर बदलत नाही, तोपर्यंत आपली कृती काही केल्या बदलली जाणार नाही. कृती बदलायची असेल तर सॉफ्टवेअर प्रोग्राम ज्या ठिकाणी बदलायला हवा त्या ठिकाणीच तो बदलायची आवश्यकता आहे. संगणकाचा प्रोग्राम कुठे आणि कसा बदलायचा ह्याची पुस्तिका संगणकाबरोबरच असते. माणसाच्या बाबतीत ही पुस्तिका शोधून काढणे, हेच एक आव्हान असते. एका प्रशिक्षकाने म्हटले आहे, 'मनुष्यप्राणी म्हणजे एक महासंगणकच आहे व त्याचे उत्पादन किंवा पुनरुत्पादन अत्यंत दुय्यम दर्जाच्या श्रमाने होते... आणि मुख्य म्हणजे त्या महासंगणकाच्या उत्पादनाबरोबर तो कार्यान्वित कसा करायचा, ह्याची पुस्तिका मात्र मिळत नाही.' परंतु हे वाक्य कालपर्यंतच सत्य होतं.

ह्या पुस्तकाद्वारे तुम्हाला मेंदूची पुस्तिका मिळणार आहे. तुमच्याकडे तुमचा वैयक्तिक संगणक असेलच किंवा तुम्ही तुमच्या कचेरीत संगणक वापरत असालच, त्या संगणकामध्ये विविध प्रकारचे सॉफ्टवेअर प्रोग्राम असतील. उदा. त्यामध्ये लोटस असेल शिवाय डी-बेस असू शकेल, तसेच विंडोज असेल, एक्सेल असेल, पॉवरपॉईंट असेल, काही खेळ असतील. आता समजा, तुमच्याकडे एक संगणक विक्रेता आला व म्हणाला की ह्या प्रत्येक प्रोग्रामसाठी तुम्ही वेगवेगळा संगणक

घ्यायला पाहिजे तर तुम्ही काय कराल? त्याला सर्वप्रथम दाराबाहेर हाकलून द्याल. होय ना?

परंतु आपण आपल्या आयुष्यात बऱ्याच वेळा नकळत असलाच काहीसा प्रकार करत असतो. विश्वास बसत नाही ना? चला पाहूया, आपण काय करतो —

आपण आपल्या उपजिविकेसाठी काहीतरी कौशल्य शिकतो. काहीजण व्यापार शिकतात, काही शास्त्राचा अभ्यास करतात व डॉक्टर होतात, काही कायदा शिकतात व वकील होतात, काही खेळांमध्ये प्रावीण्य मिळवतात, काही अभियांत्रिकीचा अभ्यास करतात, वगैरे वगैरे. त्यानंतर आपण जन्मभर हेच म्हणत रहातो, 'मी डॉक्टर आहे', 'मी वकील आहे'. एका विषयात प्रावीण्य मिळवल्यावर त्यांना दुसऱ्या कोणत्याही कलाविषयात प्रावीण्य मिळवणे तर दूरच, साधी उत्सुकता दाखवणेसुद्धा जमत नाही. तुमच्या घरच्या किंवा कचेरीतल्या संगणकावर एखादा प्रोग्राम कार्यान्वित होत नसेल तर तुम्ही संगणकात काही बिघाड आहे की काय, हे तपासून बघाल. पण आपले वैचारिक प्रोग्राम कार्यान्वित होत नाहीत, तेव्हा ते तपासून बघण्याऐवजी आपण सबबी द्यायला सुरुवात करतो. मला त्या विषयाची मनापासून आवडच नाही, माझी शारीरिक जडणघडणच तशी आहे, मी अशक्तच आहे, मला आकडेमोड कळतच नाही, माझ्या कुंडलीतील ग्रहस्थितीच तशी आहे, अशा अनेक सबबी पुढे केल्या जातात; परंतु संगणकाच्या उत्पादनाची तारीख, त्याचा आकार आणि आंतर्रचना ह्यामुळे काही सॉफ्टवेअर प्रोग्राम कार्यान्वित होऊ शकणार नाहीत. म्हणजेच मुख्य अडचणी सॉफ्टवेअरच्या आहेत हार्डवेअरच्या नाहीत ह्याचा कुणी विचारच करीत नाही.

डॉ. विल्सन व्हॅन ड्यूसन *(पीएच. डी.)* हे कॅलिफोर्नियातील एका इस्पितळात मानसशास्त्रज्ञ होते. ते म्हणत असत, 'मी फ्रॉइडची मनोविकारांवरची उपचार पद्धती जवळून पाहिली आहे. जवळजवळ सहा महिने उपचार चालू असायचे. आता ह्या नवीन इन्स्टंट बदलांच्या शास्त्रामधील उपचार तीस मिनिटांचे असतात, कधीकधी तर पाच मिनिटांचेसुद्धा असू शकतात. वेग हा येथे गौण मुद्दा आहे. आता मानसिक सॉफ्टवेअरची रचना कळलेली आहे व त्याचा उपयोग कसा करायचा हेसुद्धा समजलेले आहे.' आपली अंतर्गत रचना लक्षात घेतली तरच आपल्याला हवा तो बदल पटकन करता येतो.

तुमच्या डोक्यातील संगणक कसा कार्यान्वित होतो, ह्याची पुस्तिकाच तुम्हाला मिळाली आहे असे समजा व खालील गोष्टी शिका.

१. तुमचा महासंगणक *(मेंदू)* कसा कार्यान्वित होतो, याची रचना काय आहे.
२. तुमच्या इच्छेप्रमाणे तुमचे विचार, भावना आणि कृती कशा बदलायच्या.

३. वर्षानुवर्षे न सुटणाऱ्या सवयी तासाभरात कशा सोडायच्या.
४. स्वतःच्या मनाप्रमाणे स्वच्छंदी जीवन कसे जगावे, सदैव आत्मविश्वास कसा निर्माण करावा, स्वतःच्या मनात प्रेरणा कशी निर्माण करावी व इतरांबाबत संवेदनशील कसे रहावे.

प्रत्येकाच्या आयुष्यात असा काळ येतो की सर्व काही अगदी मनासारखे घडत असते. जणू काही विधिलिखित असल्यासारख्या सगळ्या घटना जुळून येत असतात. तसाच दुसरा एक काळ असाही येतो तेव्हा सगळे काही विपरीत घडत असते. जणू काही नियती सूडच उगवत असते. ह्या नवीन शास्त्रामुळे तुम्हाला अशा कठीण प्रसंगात वाट काढायला मदत होईल. आपण जीवनात बघतोच काही माणसे कोणताही बिकट प्रसंग अगदी सहजपणे हाताळतात. त्यांचे कौशल्य तुम्हालाही अंगीकारता येईल. परिवर्तनाचे मर्म शोधता शोधता शास्त्रज्ञांना एका वेगळ्याच तंत्राचा छडा लागला आहे. आपली स्वप्ने आणि सद्‌हेतू ह्यांना प्रत्यक्ष आयुष्यात परावर्तित कसे करायचे, ह्या तंत्राचा छडा लागला आहे. ज्याप्रमाणे सॉफ्टवेअर प्रोग्राम अगदी बिनचूकपणे काम करतो तसेच हे तंत्र आहे. अगदी प्रोग्रामप्रमाणे नेमके आहे. आणखी एक वैशिष्ट्य असे की हे तंत्र अगदी सोपे आहे. ह्या तंत्राचा उपयोग करून तुम्ही टाकाऊ गोष्टी सहजपणे टाकू शकता व जपायच्या गोष्टी तेवढ्याच सहजतेने द्विगुणीत करू शकता.

चला, आता झटपट व्यक्तिमत्वविकासाच्या शास्त्राकडे वळूया.

आपल्याला ज्या प्रकारचे जीवन पसंत आहे त्या प्रकारचे जीवन जगण्याची शक्ती हे शास्त्र प्रदान करते. भावनात्मक आघात कसा नष्ट करायचा, सकारात्मक भावना कशा निर्माण करायच्या, वर्षानुवर्षं अंगवळणी पडलेल्या सवयी कशा घालवायच्या, अंतर्गत कलह कसा सोडवायचा आणि नवीन दृष्टिकोन कसे विकसित करायचे, हे सारे तुम्ही शिकू शकता. तेसुद्धा फक्त तासाभरातच. तुम्ही हे सर्व ह्या पुस्तकाद्वारे शिकू शकता.

सर्वप्रथम तुम्हाला ह्या शास्त्राची गृहिते जाणून घ्यायला लागतील. त्यानंतर तुम्ही मेंदूच्या कार्यासंबंधी जाणून घ्याल. त्याची रचना कशी असते हे तुम्हास जाणून घ्यावे लागेल आणि मग विनासायास बदल करायच्या पद्धती तुम्हास समजतील. त्यानंतर ह्या पुस्तकात दिलेल्या विशिष्ट प्रयोगाचा तुम्हाला सराव करावा लागेल. तेव्हाकुठे तुम्हाला हवे ते बदल तुम्ही केव्हाही, कधीही तुमच्यामध्ये करू शकाल.

ह्या सरावाने तुम्ही :

- तुमच्या प्रेरणेचे स्वामी असाल.

- भावी जीवनाला लागणारी जिद्द निर्माण करू शकाल.
- नातेसंबंध सुधारू शकाल. तसेच इतरांचे मन वळवण्याची कला चांगली हस्तगत कराल.
- स्वत्वाला जपाल, स्वाभिमान राखाल.
- सकारात्मक दृष्टिकोन विकसित करू शकाल.
- नेहमीच उच्च प्रतीची कामगिरी कराल.

ह्या सर्वांबरोबर तुम्हाला यशस्वी व्यक्तींचे अनेक गुणविशेष शिकता येतील, त्यांची मनोधारणा अंगीकारता येईल. त्यांना इतरांपेक्षा वेगळा बनविणारा त्यांचा दृष्टिकोन उचलता येईल. ह्यासाठी विशिष्ट कार्यक्रम पुढच्या प्रकरणांमध्ये दिलेला आहे, त्याचा तुम्हाला उपयोग करता येईल. जसजसा तुम्ही ह्या शास्त्राचा सराव कराल तसतसे तुम्हालाच जाणवेल, की ह्या शास्त्राच्या उपयोगाने तुमच्या प्रगतीचा वेग प्रचंड वाढला आहे. तुम्ही भराभर वेगवेगळी कौशल्ये शिकाल. ह्या शास्त्राचा हा पैलू कित्येक लोकांच्या लक्षातच येत नाही. ते विचारतात, 'सभेतील संभाषणाची भीती घालवायला, वाटाघाटीचे कौशल्य सुधारायला, अपराधी मनाला सावरायला, आत्मविश्वास वाढवायला, योजनाकौशल्य सुधारायला, स्वत:ची प्रेरणा वाढवायला आणि गुणवत्ता सुधारायला एकच पद्धत कशी अमलात आणता येईल?' होय हे शक्य आहे. ज्याप्रमाणे विजेच्या पुरवठ्यावर टेलिफोन, संगणक, टेपरेकॉर्डर अशी वेगवेगळी उपकरणे चालू शकतात, त्याचप्रमाणे एकच पद्धत ह्या वेगवेगळ्या गोष्टींवर अमलात आणणे शक्य आहे. मनुष्यप्राण्याच्या विकासामध्ये हे शास्त्र विलक्षण मोठी झेप घेते. ह्याचे कारण असे आहे की हे शास्त्र तुमच्या मेंदूची मूलभूत कार्यपद्धतीच तुम्हाला शिकवते. परिस्थिती कशीही असो, ह्या शास्त्रामुळे तुम्हाला जास्तीतजास्त यश कसे संपादित करता येईल हे शिकवते.

पुढील प्रकरणांमध्ये काही प्रयोग दिलेले आहेत. त्यामुळे हे तंत्र समजून घेण्यास मदतच होईल. ह्या प्रयोगांना आईनस्टाईनने 'वैचारिक प्रयोग' असे नाव दिले व ह्या प्रयोगामुळे झटपट बदलाची तंत्रं चटकन अवगत होतात. हे प्रयोग लाखो लोकांवर यशस्वी झालेले आहेत. तुमच्यावरही हे यशस्वी होतील. आपण सर्व माहितीतंत्रज्ञानाच्या युगात राहत आहोत, आपल्यावर वेगवेगळ्या प्रकारच्या माहितीचा नुसता मारा चाललेला असतो. त्यामुळे तुमच्यापैकी काहीजण नुसती माहिती म्हणून वाचतील, नुसती उत्सुकता म्हणून वाचतील. ही कृती निश्चितच स्वागतार्ह आहे; परंतु फक्त वाचून काहीही साध्य होणार नाही हे लक्षात घेतलेले बरे. ह्यातील प्रयोगाचा तुम्हाला सरावच करावा लागेल, तरच त्याची उपयुक्तता आहे. त्यामुळे तुम्ही जेव्हा हे प्रयोग कराल तेव्हा अशी वेळ निवडा की त्या वेळी तुमचे संपूर्ण लक्ष त्या प्रयोगात राहील. तुम्हाला काही विशिष्ट प्रसंगांचे कल्पनाचित्र

रेखाटावे लागेल. त्यासाठी काही सूचना तुमच्या विचारार्थ मांडत आहोत. ह्यातील बहुतेक 'वैचारिक प्रयोगांना' फक्त दहा ते वीस मिनिटे लागतील. तुम्ही तुमच्या एखाद्या मित्राला किंवा मैत्रिणीला मदतीला घेतलं तर प्रयोग जास्त यशस्वी होऊ शकतो. तुमच्या मित्राने तो प्रयोग तुमच्यासाठी वाचून दाखवायचा व त्यातील सूचनांप्रमाणे तुम्ही तो अमलात आणायचा; परंतु आणखी एक महत्त्वाची सूचना ऐका. हे काही एकदाच करायचे प्रयोग नाहीत. तुम्हाला त्यातून जास्तीतजास्त फायदा हवा असेल तर त्याचा सराव आवश्यक आहे व रोजच्या आयुष्यात त्याचा उपयोग करणे जरुरीचे आहे.

३

झटपट व्यक्तिमत्वविकास म्हणजे काय?

आपला मेंदू हा मज्जासंस्थेद्वारे कार्यरत असतो. आपण जे काही पाहतो, ऐकतो, स्पर्श करतो, चव घेतो किंवा गंध अनुभवतो, ह्याची माहिती मज्जासंस्थेद्वारे मेंदूकडे सतत जात असते. ही प्रक्रिया अहोरात्र चालू असते. ह्या प्रक्रियेची एक विशिष्ट भाषा असते. ह्या भाषेद्वारे मेंदूला सूचना दिल्या जातात. ज्या सूचना मेंदूला मिळतात त्याप्रमाणे मेंदू आपले निर्णय घेत असतो. मेंदूचे निर्णय आपण कृतीत उतरवत असतो; परंतु सूचनांची भाषा वाकवू तशी वाकू शकते. भाषा वाकली की सूचनांचे अर्थ बदलतात. सूचना बदलल्या की मेंदूचे निर्णयही बदलू शकतात व आपल्या कृतीमध्ये आमूलाग्र बदल होऊ शकतो. हा बदल अगदी अल्पावधीत होऊ शकतो.

आता आपण हे दुसऱ्या पद्धतीने समजून घेऊया. सन १९६०च्या दशकापर्यंत अभिनयकला ही उपजतच असते, असा समज होता. ज्या व्यक्तीमध्ये ही कला जन्मतःच असेल ती व्यक्ती आपोआपच ह्या क्षेत्रात पुढाकार घेईल व यशस्वी होईल असा समज होता.

परंतु १९७०च्या दशकामध्ये काही वेगळेच घडले. ह्या कलेचा अभ्यास करणाऱ्यांनी वेगवेगळ्या नटांच्या चित्रफिती गोळा केल्या. त्याचे विश्लेषण केले. त्यातील भावनोत्कट प्रसंगाची 'कात्रणे' काढली. ती पुन्हा पुन्हा पाहिली. वेगवेगळ्या नटांच्या अभिनयाचा, विशेषतः भावनोत्कट प्रसंगातील अभिनयाचा तुलनात्मक अभ्यास केला. एक गोष्ट त्यांना प्रकर्षाने जाणवली ती अशी, की जरी प्रत्येक नटाची स्टाईल वेगवेगळी असली तरी अभिनयाचा गाभा एकच होता. तज्ज्ञ व्यक्तींनी हा गाभा जेव्हा नवशिक्यांना शिकवला तेव्हा त्यांचा अभिनय अल्पकाळात उत्कृष्ट झाला. ह्या संपूर्ण प्रक्रियेत महत्त्वाची गोष्ट अशी की माणसातील उत्तम कामगिरीची क्षमता त्या चित्रफितींच्या 'कात्रणांमध्ये' कळली. ह्या शास्त्राच्या भाषेत ह्या कात्रणांना 'मॉडेल' असे म्हणतात.

ह्या शास्त्राचे हे तत्त्व प्रत्येक माणसाला विविध क्षेत्रांत लागू होऊ शकते. तुम्ही ह्याद्वारे नातेसंबंध जुळवू शकता, तुमची अस्वस्थता घालवू शकता, भीती घालवू शकता, तसेच आजकालच्या जगात आत्मविश्वासाने स्पर्धेत उतरू शकता. ह्याची

गुरूकिल्ली मिळाली ती शारीरिक हालचालींमध्ये नव्हे, तर मानसिक हालचालींमध्ये म्हणजेच विचारांमध्ये, कल्पनाचित्रांमध्ये, भावनांमध्ये व वर्षानुवर्षांच्या संस्कारामध्येसुद्धा. जीवनामध्ये अनेक अडचणींवर मात करून यशस्वी झालेल्या विविध क्षेत्रांमधील अनेक व्यक्तींचा शास्त्रज्ञ अभ्यास करीत आहेत. त्यांच्या मेंदूनी नेमकी कोणती भाषा वापरली, कोणते विचार वापरले, कोणती कल्पनाचित्रे रंगवली, त्यांच्यावर कोणते संस्कार झालेले होते, ह्याचा अभ्यास करून त्या मॉडेलची आपल्या आयुष्यात पुनरावृत्ती कशी करायची, हे शिकवत आहेत. मॉडेलची पुनरावृत्ती केल्याने किती मोठा फरक पडू शकतो, हे खालील उदाहरणांवरून आपल्याला कळेल.

आता असे समजा की पालक मुलांना नीट वळण लागण्याकरिता त्यांच्यावर आग पाखडत असतात. ही नकारात्मक भाषा ऐकतच मुलं प्रौढावस्थेपर्यंत पोहोचतात. नकारात्मक भाषा त्यांच्या रक्तात इतकी भिनलेली असते, की पुढील संपूर्ण आयुष्यात असलीच अर्वाच्च भाषा त्यांच्या वापरात येण्याचा दाट संभव असतो. कित्येक वेळा तर स्वत:ला उद्देशूनसुद्धा नकारात्मक भाषेतच म्हणजे एखादी शिवी हासडूनच संबोधण्याची संभावना अधिक असते. असल्या भाषेची उपयुक्तता क्षणभर जरी मान्य केली तरी ह्यामुळे निर्माण होणाऱ्या कटुतेची फार मोठी किंमतही मान्य करावी लागते. ह्या तंत्रामुळे मनातील कटुतेचे रूपांतर उच्च प्रतीच्या प्रेरणेमध्ये होऊ शकते.

व्यावसायिक संस्थेमधील उच्च पदाधिकारी बऱ्याच वेळा महत्त्वाचे निर्णय घेताना द्विधा मन:स्थितीमध्ये अडकलेले दिसतात. त्यांच्यात निर्णयासाठी लागणाऱ्या आत्मविश्वासाचा अभावच जाणवतो. नेमक्या ह्या ठिकाणी हे शास्त्र अतिशय उपयुक्त ठरू शकते व त्यांना आत्मविश्वासपूर्वक निर्णय घेणे अतिशय सोपे होऊ शकते.

समजा, पूर्वीचे विचार ‘अरे बापरे, हे असले निर्णय मी कसे घेऊ? चुकणार तर नाही ना? संधी वाया जाईल. मला चूक करता कामा नये. काही कळत नाही.’ असे असतील; परंतु ह्याचे रूपांतर आत्मविश्वासपूर्वक विचारांमध्ये करता येते - ‘हा निर्णय घेण्यासाठी सर्वांगाने विचार व्हायला हवा. संपूर्ण माहिती गोळा करायला हवी. जास्तीतजास्त फायदेशीर निर्णय कसा घेता येईल? फायदा जास्तीतजास्त माझ्याकडे कसा खेचता येईल?’

आता एका यशस्वी क्रीडापटूचा किस्सा पहा. या महिला क्रीडापटूला एका नवीन खेळामध्ये पदार्पण करण्याची इच्छा होती. शाळाकॉलेजमध्ये असताना कधीतरी गंमत म्हणून त्या खेळामध्ये भाग घेतलेला असला, तरी अनेक वर्षे ज्याचा अजिबात सराव नाही अशा खेळामध्ये अव्वल खेळाडूंबरोबर स्पर्धा करायची म्हणजे कठीणच काम होते. ह्या शास्त्रामुळे, एका खेळातले यश तिला दुसऱ्या खेळात

अगदी प्रत काढल्याप्रमाणे उतरवता आले. पूर्वतयारी करताना सर्वप्रथम ती तिच्या मनाची पूर्वतयारी करीत असे. यशस्वी क्रीडापटू होण्यासाठी तिने जी प्रयत्नांची शर्थ केली होती ती मन:चक्षूसमोर आणत असे. त्यातील बारकावे डोळ्यांसमोर आले की तिचे मन उत्तेजित होत असे व अशाच प्रकारची शर्थ नवीन खेळामध्ये करीत आहे, असे चित्र मनामध्ये रंगवीत असे. असा मानसिक सराव झाल्यावर मग मैदानावर प्रत्यक्ष सराव करीत असे. त्यामुळे नवीन जेव्हा खेळाची स्पर्धा सुरू झाली, तेव्हा त्या सोहळ्यात सर्व क्रीडासमीक्षकांना ती अव्वल दर्जाची खेळाडू आहे असे वाटले; पण ती त्या खेळात तर चक्क पदार्पण करीत होती, हे समजल्यावर सगळे चकित झाले. सगळ्यांनी तिच्या उपजत कौशल्याचे अगदी तोंडभरून कौतुक केले. तिचे तिलासुद्धा समाधान वाटले. तिने नुसताच शरीराला सराव दिला नाही तर मनालासुद्धा दिला.

वर दिलेले प्रत्येकाचे अनुभव म्हणजे त्यांच्या मानसिक सवयींचे परिणाम आहेत. तुम्हीसुद्धा आजपर्यंत जे काही शिकलात, ते म्हणजे तुमच्या मनाच्या सवयीतून घडलेला आविष्कार आहे. अगदी सकाळ झाल्यापासून तुम्ही कसे उठता, कसे कामावर जाता, स्वत:ची करमणूक कशी करता, कोणत्या सवयी लावता, ह्यांवरच सर्वकाही अवलंबून आहे. तुमचे आवडीचे पदार्थ कोणकोणते आहेत? रोज तुम्ही घरी कसे येता? कपडे अंगावर कसे चढवता? वरच्या अंगावर आधी चढवता की खालच्या अंगावर आधी चढवता? हे सारं सवयींवर अवलंबून आहे. खरं म्हणजे मानसशास्त्राप्रमाणे माणसाचे संपूर्ण वर्तन हे त्याच्या सवयींवर अवलंबून असते. ह्या सवयी प्रतिक्षिप्तपणे होत असतात. त्यामुळे बऱ्याच वेळा आयुष्यातील अनेक उपयुक्त गोष्टी सवयींमुळे काहीही विचार न करताच होत असतात. त्यामुळे वेळ वाचतो, आपली ऊर्जा वाचते. ह्याच सवयींच्या आधारे नवीन सवयी शिकता येऊ शकतात. तसेच असाधारण परिस्थितीही चट्दिशी ओळखता येते; परंतु जेव्हा सवयी बदलायची वेळ येते तेव्हा मात्र ह्यांचे तोटेही जाणवू लागतात. स्वत:ला प्रेरित करण्याकरिता नकारात्मक भाषा *(उदा. एखादी शिवी हासडण्याची भाषा)* वापरणाऱ्या उच्च पदाधिकाऱ्याला त्यात काही वावगं दिसणारही नाही; कारण ती भाषा त्याच्या अंगवळणी पडली आहे, त्याची त्याला सवय झालेली आहे. किंबहुना, दुसरीही भाषा वापरता येते असे त्याच्या ध्यानीमनीसुद्धा येणार नाही. त्याचे हे धोरण कधीकधी त्यालाच अडचणीत आणते हे त्याला माहीत आहे; परंतु ही सवय कशी बदलायची हे त्याला माहीत नाही. यशस्वी महिला क्रीडापटूने जेव्हा नवीन खेळात पदार्पण केले तेव्हा आधीच्या सवयीचा उपयोग केला व त्या आधारेच नवीन सवय अंगवळणी पाडली. तिच्या मेंदूने विचारांना चालनाच तशी दिली.

हे शास्त्र वापरून तुम्ही तुमचे विचार, भावना व वर्तन बदलू शकता. हा बदल

अगदी पद्धतशीरपणे करता येतो आणि याहूनही महत्त्वाची गोष्ट म्हणजे ही प्रक्रिया आनंददायक असू शकते.

चला, सुरुवात करूया--

काही झटपट बदल पाहूया.

हे प्रयोग म्हणजे जणू काही वैचारिक आणि मानसिक प्रयोगशाळेतील खेळच. हे खेळ खेळण्याची तुम्हाला संधी मिळाली आहे असेच समजा आणि पहा कशी करमणूक होते.

तुम्ही कधी आकाशपाळण्यात बसला आहात? बसला असालच. एक क्षण डोळे मिटून तो प्रसंग मन:चक्षुसमोर आणायचा प्रयत्न करा. आता कल्पना करा की हा प्रसंग तुम्ही कुठूनतरी लांबून पाहत आहात. एखाद्या बागेतील बाकावर बसून

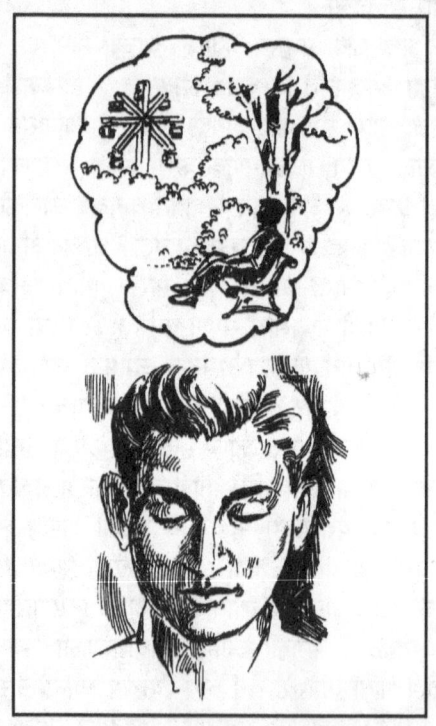

तुम्हाला लांब आकाशपाळणा फिरताना दिसतो आहे. त्यातील एका पाळण्यात तुम्ही बसला आहात. हे सगळं तुम्ही लांबून पाहत आहात. चला, आता दुसऱ्या प्रकारे विचार करा. आता अशी कल्पना करा की तुम्ही त्या आकाशपाळण्यात बसायला जात आहात. तेथे रांग आहे. तुम्ही रांगेत जाता. थोड्याच वेळात तुमचा

नंबर लागतो. पाळणा जवळ येतो. पाळण्याची कडी उघडली जाते. तुम्ही बसता. त्यानंतर पाळण्याची कडी लावली जाते व पाळणा वेग घेऊ लागतो. तुम्ही समोरची दांडी हाताने धरता. जसजसा वेग वाढतो तसतशी तुमची दांडीवरील पकड घट्ट होते. त्याचा वेग आणखी वाढतो. काही लोकं किंचाळायला सुरुवात करतात. जेव्हा पाळणा वर जातो तेव्हा समोरील दृश्य वेगाने छोटे होत जाते व जेव्हा पाळणा खाली येतो तेव्हा ते वेगाने मोठे होत जाते. तुम्हाला हे सगळं दिसत आहे. वेगवेगळे आवाज ऐकू येत आहेत. पाळण्याचा वेग जाणवत आहे. पोटात गोळा उठत आहे. काय, असेच वाटतेय ना? आता मी दुसरा प्रश्न विचारतो, बागेमधील बाकावरून पहाताना असं वाटत होतं का? पहिल्या प्रश्नाचे उत्तर बहुधा 'होय' असे असणार तर दुसऱ्या प्रश्नाचं उत्तर बहुधा 'नाही' असं असणार.

आता आपण जी दोन दृश्ये पाहिली ती संपूर्णपणे भिन्न अशा दोन मानसिक स्तरांवरून पाहिली. आकाशपाळण्यात बसून जे दृश्य पाहिले त्याला ह्या शास्त्रामध्ये 'असोसिएटेड' असे म्हणतात. आपण मराठीमध्ये त्याला 'जुळवून घेतलेले' दृश्य असे म्हणू शकतो व बागेतील बाकावरून जे दृश्य पाहिले त्याला 'डिसअसोसिएटेड'

असे म्हणतात. आपण त्याला आपल्या भाषेत 'तोडून टाकलेले' किंवा 'लांब ठेवलेले' दृश्य असे म्हणूया. हे पुस्तक वाचल्यावर आपल्या लक्षात येईल की जीवनातील प्रत्येक अनुभव आपल्याला मानसिकदृष्ट्या जुळवून घेता येतो तसेच तोडूनही टाकता येतो; परंतु त्याहूनही महत्त्वाचा मुद्दा असा की शास्त्राने हे समजून घेतले व त्याचा आपल्या आयुष्यात उपयोग कसा करायचा, हे शिकवले. आपल्याला जेव्हा एखाद्या गोष्टीत रस घ्यायचा असेल किंवा आनंद द्विगुणीत करायचा असेल किंवा प्रेरित व्हायचे असेल, तर त्या अनुभवाशी जुळवून घेतले की झाले! आता मनात प्रश्न असा येतो की हे कसे आणि कधी करायचे. चिंता करू नका. ह्या शास्त्रामध्ये ह्यासाठी लागणाऱ्या अनेक युक्त्या आहेत. अगदी अचूकपणे काम करणाऱ्या व तुमच्या इच्छेनुसार वापरता येण्यासारख्या अनेक युक्त्या हे पुस्तक तुम्हाला शिकवेल. तसेच आपल्याला कधीकधी नावडते प्रसंग किंवा कटू आठवणींचा सामना करावाच लागतो, त्यांना टाळता येणे शक्य नसते. अशा वेळेस त्यांपासून होणारा त्रास कमी करायचा असेल तर त्या अनुभवाला मानसिकरित्या तोडून टाकता येते. खरे म्हणजे आपल्याला आपल्या इच्छेनुसार वेगवेगळे अनुभव वेगवेगळ्या मानसिक स्तरांवर ठेवता येण्याची कला अवगत करता आली पाहिजे, हाच तर पुस्तकाचा हेतू आहे. जरा कल्पना करा की जीवनातील सर्व आवडत्या अनुभवांशी तुम्ही जुळवून घेतले व नावडत्या किंवा कटु आठवणींना तुम्ही तोडून टाकले तर तुमच्या आयुष्यात किती फरक पडलेला असेल! तुमच्या हातून घडलेल्या चुकांकडे तुम्ही कसे पहाल व तुमच्या हातून घडलेल्या चांगल्या कार्यामुळे तुम्ही किती उत्तेजित असाल व हा फरक किती सकारात्मक असेल व किती शक्तिशाली असेल ह्याची जर तुम्हाला जाणीव होऊ लागली असेल, तर हे शास्त्र शिकण्याची तुमची वाटचाल सुरू झाली असे समजा.

आता आपण एक प्रयोग करून पाहूया. सर्वप्रथम मनातील सर्व विचार वेगळ्या दिशेला वळवूया. तुमचे संपुर्ण शरीर शिथिल करा. हळूहळू मनावरचा ताण कमी होतोय असा विचार करा. शरीरावर कुठे ताण आहे का हे तपासून पहा. शरीराच्या प्रत्येक अवयवांकडे क्रमाक्रमाने लक्ष केंद्रीत करा. अगदी पावलापासून सुरुवात करून डोक्यापर्यंत या. कोठेही ताण आढळल्यास तेथील स्नायू शिथिल करा. हळूहळू मनातील सगळे विचार नाहीसे होतील. तुमचे शरीर व मन दोन्ही शांत अवस्थेमध्ये आहेत ह्याची खात्री करून घ्या.

आता तुमच्या भूतकाळातील एखादी आनंददायक घटना आठवा. कदाचित तुमच्या डोळ्यांसमोर अनेक आठवणी तरळून जातील; पण त्यातील एखादा विवक्षित प्रसंग पकडून ठेवा. तो प्रसंग घडतोय असे चित्र मन:चक्षुसमोर आणा. हे झाल्यावर तुमच्या मनातील भावनांवर त्याचा काय परिणाम झाला आहे हे तपासा.

आता तुमच्या मन:चक्षुसमोर जो प्रसंग तुम्ही आणलात त्याच्या अगदी जवळ जा. त्याच्याशी जुळवून घ्या. त्यातील चित्रं मोठी दिसू लागतील. आणखी जवळ जा. त्यातील रंगसंगती तुम्हाला अगदी स्पष्टपणे दिसेल. त्यातील आवाज तुम्हाला ऐकू येतील. त्या प्रसंगाशी पूर्णपणे जुळवून घ्या. आता कसे वाटतेय? भावना तीव्र झाल्या?

आता हळूच ह्या प्रसंगापासून दूर जा. ह्या प्रसंगाला मानसिकदृष्ट्या तोडून टाका.

हळूहळू ह्या प्रसंगाला इतके लांब करा की ह्यातील चित्रं छोटी छोटी होऊन अगदी पोस्टाच्या तिकिटाएवढी छोटी होतील. ह्यातील आवाज, गती आणि रंग अस्पष्ट होतील. आता मनातील भावनांवर ह्याचा काय परिणाम होतोय ते पहा. ही प्रक्रिया पूर्ण झाली की ह्यातून बाहेर या.

आनंददायक प्रसंगाशी मानसिकरित्या जुळवून घेतल्याबरोबर बहुतेकांच्या आनंदाच्या भावना जास्त तीव्र झाल्याचा अनुभव येतो. तसेच त्या प्रसंगाला लांब केल्यावर भावनांचा कोरडेपणा जाणवतो. हा बदल का होतो? ह्याचे उत्तर शोधण्यापेक्षा, हा बदल होतो ही वस्तुस्थिती आहे हे जाणून घेणे महत्त्वाचे आहे. हे शास्त्र ह्या वस्तुस्थितीवरच उभे आहे. आपल्याला ही वस्तुस्थिती किती प्रभावीपणे वापरता येते, हे आपल्याला ह्या पुस्तकात शिकायला मिळेल. तत्पूर्वी ह्या ठिकाणी मुद्दा असा आहे, की माणसाला आपले विचार, भावना आणि कृती बदलता येते व तीसुद्धा वरील प्रकारच्या छोट्याशा प्रक्रियेद्वारे, की ज्यामध्ये फक्त मानसिक स्तर कल्पनाशक्तीद्वारे बदलायचा असतो. आता बऱ्याच मंडळींना हा विचारच अविश्वसनीय वाटतो. ही मंडळी कपडे बदलतात, नोकऱ्या बदलतात, व्यवसाय बदलतात, गाड्या बदलतात, राहण्याची जागा बदलतात; परंतु स्वत:च्या मनाला बदलण्याचा विचार मात्र त्यांना अस्वस्थ करतो. तुम्हाला जर तुमच्या सुखावह आठवणी जिवंत ठेवायच्या असतील, फक्त मानसिक स्तर 'जुळवून' घ्यायचा, तसेच क्लेषदायक आठवणींचा त्रास कमी करायचा असेल, तर मानसिक स्तर बदलून 'लांब' न्यायचा म्हणजे झालं.

तुम्ही ही युक्ती तुमच्या आयुष्यात अक्षरश: अनेक प्रकारे वापरू शकता. समजा, तुमच्यामागे एखादी समस्या लागलेली असेल तर फक्त तुमचा मानसिक स्तर बदलून तुम्ही त्या समस्येला उचलून तुमच्यापासून लांब नेऊ शकता. तसे केल्यास तुमच्या मनाला थोडी उसंत मिळेल व ताज्या दमाने तुम्हाला त्या समस्येवर नीट विचार करता येईल. ह्या वेळी तुमच्या विचारांची गुणवत्ता चांगली असण्याची शक्यता जास्त असेल. त्यामुळे तुमच्या समस्येचे समाधान चांगल्या प्रकारे होण्याची शक्यता जास्त असेल. मन जर शांत असेल तर बहुतेकांची सारासार विचार करण्याची शक्ती वाढलेली असते. आता आपण दुसऱ्या प्रकारची समस्या पाहूया. समजा, तुम्हाला एखादी गोष्ट मिळवायची असेल तर त्या

साध्याशी तुमचा मानसिक स्तर जुळवून घेऊन तुम्ही तिला तुमच्या हृदयाशी ठेवू शकता. असे केल्याने ती मिळाल्यानंतरचे फायदे तुम्हाला अगदी खऱ्यासारखे अनुभवायला मिळतील. ह्यामुळे तुम्ही ती गोष्ट प्रत्यक्ष आयुष्यात मिळवण्याकरता उत्तेजित व्हाल. त्यासाठी जास्त कष्ट घेण्याची तयारी लगेच दाखवाल; कारण त्यातील त्रासाकडे तुम्ही गुंतवणूक ह्या दृष्टीने पहाल. कल्पनाचित्रातील अनुभव तुम्हाला त्या स्वप्नांचा ध्यास घ्यायला भाग पाडतील. ह्या पुस्तकाद्वारे तुम्ही ही कला अगदी थोड्याच वेळात अवगत करू शकता.

काही मंडळी आत्ताच थकून जातील व म्हणतील 'बापरे, मला कल्पनाचित्र रंगवता येत नाही. मला हे सगळं उपयोगी पडेल काय?' तर ह्याचे उत्तर 'होय' असेच आहे. ह्याचे कारण असे आहे आपण येथे आपल्या पाचही इंद्रियांचा उपयोग करणार आहोत. म्हणजेच दृष्टीची इंद्रिये, श्रवणइंद्रिये, घ्राणेंद्रिये, चवीचे इंद्रिय तसेच संपूर्ण स्पर्शज्ञान. थोडक्यात म्हणजे, आपल्या संपूर्ण जाणिवांचा उपयोग करणार आहोत. शास्त्रज्ञांच्या मते बहुतेक माणसे आपल्या सर्व जाणिवांचा पूर्णपणे उपयोग करण्याऐवजी एखाद्या जाणिवेभोवतीच केंद्रीत झालेले दिसतात. उदा. एखाद्याने फोटो काढायचा छंद जोपासलेला असतो किंवा नीटनेटके राहण्यावर जास्त भर दिलेला असतो, अशा माणसाला कल्पनाचित्र रंगवणे सोपे जाईल; परंतु एखाद्याला गप्पा मारायची आवड असेल, गाणी म्हणायची आवड असेल तर मनःचक्षूऐवजी मनाच्या श्रवणेंद्रियांचा उपयोग जास्त सोपा जाईल. त्याचप्रमाणे क्रीडापटूंचे त्यांच्या शारीरिक हालचालींकडे बारकाईने लक्ष असते. त्यांना आपल्या संपूर्ण शरीराच्या स्नायूंकडे बारकाईने लक्ष पुरवणे सोपे जाते. त्यांच्या त्या प्रकारच्या जाणिवा अतिशय जागृत असतात. इतर मंडळींच्या हालचालीतील फरकावरून ही मंडळी वातावरणातला फरक चटकन ओळखतात. अशा वेळेस त्यांना मनाच्या त्या जाणिवा वापरता येतील.

तुम्ही जसजसे हे पुस्तक वाचाल तसतसे तुम्हाला जाणवेल की ह्यातील वेगवेगळे प्रयोग वेगवेगळ्या जाणिवांवर भर देतात. ह्याचे कारण असे की वेगवेगळ्या जाणिवा वेगवेगळ्या प्रमाणात जागृत असलेले वाचक, आपापल्या जाणिवेतून हे पुस्तक वाचणार आहेत आणि त्यांच्या प्रत्येक जाणिवेला योग्य तो प्रतिसाद मिळावा ही अपेक्षा. तसेच ह्याचे दुसरे कारण असे की वाचकांनी आपल्या सर्व जाणिवा विकसित करायला शिकले पाहिजे. ह्यामुळे आपल्या अंतर्मनाच्या साधनसंपत्तीचा आपल्याला शोध लागेल.

तर सर्वप्रथम आपण आपल्या भाषेवर लक्ष केंद्रीत करूया. संभाषणातील भाषा म्हणजे बदलाच्या प्रक्रियेचा प्राण आहे व ती समजून घ्यायला श्रवणेंद्रियांचा उपयोग करावा लागतो. बऱ्याच संभाषणातून आपल्या कानावर पुढीलप्रमाणे शब्द येतात

- 'काळजी करू नकोस', 'गोंधळ करू नकोस', 'जास्त खेळू नकोस', 'टेन्शन घेऊ नकोस'. आता असं पहा की तुम्हाला जर मी सांगितलं, 'सर्कशीतल्या मोठ्या हत्तीचा विचारही मनात आणू नका' तर तुमच्या मनात काय विचार येईल सांगा पाहू? मी सांगतो, तुमच्या मनात फक्त सर्कसचा तंबू व सर्कशीतला हत्तीच असणार. समजा तुम्हाला सांगितले, 'जंगलातील उन्मत्त हत्तीचा विचारही मनात आणू नका,' तर आता तुमच्या मनातील सर्कसचा तंबू जाऊन त्याची जागा जंगलाने घेतलेली असेल. आपल्या मेंदूला ही नकारात्मक भाषा कळतच नाही. सर्कशीतल्या हत्तीचा विचार न करण्याकरता त्याला सर्वप्रथम त्याचा विचार करावा लागतो.

आपण कित्येक वेळा आपल्या शब्दरचनेमुळे मेंदूला बुचकळ्यात टाकतो. ज्यापासून त्याचे लक्ष परावृत्त करायला पाहिजे नेमके त्याच गोष्टीवर त्याचे लक्ष वेधतो. उदा. 'तू चिडू नकोस', 'काळजी करू नकोस', 'रस्ता ओलांडताना गोंधळ करू नकोस', 'परीक्षेत शेवटचा प्रश्न विसरू नकोस' आपण असली भाषा इतरांसाठीच नव्हे तर स्वतःसाठीसुद्धा वापरत असतो. 'मी आजपासून सिगरेट ओढणार नाही' किंवा 'मी आजपासून चिडणार नाही' ह्या भाषेमुळे जी गोष्ट टाळायची त्याच्याचविषयी मेंदूला चालना मिळते व बहुतेक वेळा तीच गोष्ट प्रत्यक्षात घडायची शक्यता वाढते.

आपल्या मेंदूला गोंधळवून टाकण्याऐवजी त्याला जी भाषा समजते ती भाषा वापरून आपण आहे ती परिस्थिती आपल्याला हवी तशी बदलू शकतो. नकारात्मक सूचना मेंदूला कळत नसल्यामुळे त्या न वापरता सकारात्मक सूचना वापरून आपण मोठा बदल साध्य करू शकतो. जे करायचे नाही त्याविषयी सूचना देण्याऐवजी जे करायचे त्याविषयी सूचना देण्याचा प्रयत्न करूया. आता पुढील शब्दरचना कशी वाटते ते पहा. 'चित्त स्थिर ठेव', 'हसतमुख रहा', 'हाती येणाऱ्या संधीवर लक्ष ठेव', 'रस्ता ओलांडताना दोन्हीकडे लक्ष ठेव म्हणजे सोपे जाईल', 'सगळे प्रश्न सोडव', 'मी आजपासून माझ्या फुफ्फुसांची काळजी घेणार' ह्या सकारात्मक भाषेचे कल्पनाचित्र रंगवणेही सोपे जाते. ह्या चित्रांशी आपले मन जुळवून घेतले की ते आपल्याला त्या प्रकारची कृती करण्यासही भाग पाडते.

कल्पनाचित्र रंगवून परत परत त्याच्याशी जुळवून घेणे अत्यंत जरुरीचे आहे. ह्या मानसिक सरावाचा फायदा प्रत्यक्ष कृती करताना होतो. आपल्या हातून एखादी नवीन कृतीसुद्धा अगदी सहजपणे जणू काही अनेक वर्षांच्या सरावाप्रमाणे होते. पाहणाऱ्याला वाटावे की हे ह्याचे उपजत कौशल्यच आहे. ही पद्धत वापरली तर आपल्यात होणारा बदल क्लेषदायक न होता समाधानकारक होईल.

मानसिक कार्याबाबतची गृहिते

आतापर्यंत तुमच्या लक्षात आले असेलच की ह्या आधुनिक शास्त्राचा रोख आणि पूर्वीच्या मानसशास्त्राचा रोख हा पूर्णपणे भिन्न आहे. आजची समस्या सोडवण्यासाठी मानसशास्त्राला त्याच्या उगमस्थानाशी जावे लागते. समस्येचा उगम भूतकाळात कुठेतरी दडलेला असतो व हा उगम शोधण्यावर मानसशास्त्राचा भर असतो; परंतु हे आधुनिक शास्त्र फक्त आपले विचार, भावना आणि कृती ह्यांवरच भर देते. ह्या तीनही गोष्टी एकत्रितपणे कशा काम करतात, ह्याकडेच आपले संपूर्ण लक्ष केंद्रीत करते. आपला मेंदू व मन हे एकत्रितपणे कसे काम करतात हे समजावून सांगते; परंतु हे शास्त्र काही गोष्टी अध्याहृत धरते. ह्याला गृहिते म्हणतात. ही गृहिते एका वाक्यात सांगायची झाली तर पुढीलप्रमाणे सांगता येतील-

मनुष्यप्राणी ही एक बिनचूक प्रणाली आहे.

आपले विचार, कृती आणि भावना एक विशिष्ट प्रकारचा ठसा उमटवत असतात. हा ठसा आपल्याला आनंदित करेल किंवा दु:खीसुद्धा करेल; परंतु येथे मुद्दा असा आहे की आपण जर आपल्या विचारांची, कृतीची, भावनांची पुनरावृत्ती केली तर परिणामी आपल्याला तंतोतंत तोच ठसा अनुभवायला मिळेल. प्रणाली अगदी बिनचूक काम करते. ठसा जर वेगळा हवा असेल तर तो उमटवणारे विचार, कृती आणि भावना वेगळ्या असायला हव्यात. एकदा आपल्याला समजले की आपल्या मनात विचार कसे उत्पन्न होतात व त्यामुळे भावना कशा बदलू शकतात की मग पुढचे काम एकदम सोपे जाईल. त्यासाठी आपल्याला मनाबाबतची गृहिते तपासून पाहणे आवश्यक आहे.

भूखंडाचा नकाशा म्हणजे भूखंड नव्हे.

जगाचा नकाशा म्हणजे जग नव्हे. आपण बऱ्याच वेळा जग समजून नकाशाशीच दोन हात करीत असतो. आपले मानसिक नकाशे विशेषत: आपल्या भावना आणि आपली मते सुधारणे, ही जग सुधारण्यापेक्षा जास्त सोपी आहेत.

प्रत्येक अनुभवाला एक संरचना असते.

आपल्या आठवणींना आणि विचारांना एक विशिष्ट वळण लागलेले असते. आपण हे वळण जर बदलले तर आपले मूळ अनुभवच बदलतात. आपल्याला उपयुक्त अशा चांगल्या आठवणी आपण रोजच्या व्यवहारासाठी जास्त जिवंत ठेवू

शकतो व अनावश्यक अशा आठवणी सुप्तावस्थेत ठेवू शकतो.

जर एक व्यक्ती एखादी कामगिरी करू शकते, तर दुसरी कोणतीही व्यक्ती तीच कामगिरी शिकू शकते.

आपण यशस्वी व्यक्तींचे मानसिक नकाशे शिकून त्याची प्रत आपल्याजवळ कायमची ठेवू शकतो. बरीच मंडळी एखादी गोष्ट करून पाहिल्याशिवायच म्हणतात, 'हे आपल्याला जमणार नाही.' आपल्याला सर्व काही शक्य आहे हे अध्याहृत धरूनच चालायचे. जेव्हा आपण शारीरिक आणि भौगोलिक सीमेपलीकडची कामगिरी अंगावर घेऊ, तेव्हा निसर्ग आपल्याला अडवू शकतो; पण निसर्गाच्या अशा सूचनेशिवाय आपण आधीच हार मानणे योग्य नाही.

शरीर आणि मन एकाच नाण्याच्या दोन बाजू आहेत.

आपल्या मनातील विचारांमुळे शरीरातील अवयवांवर ताणतणाव येऊ शकतो. तसेच शारीरिक तणावांमुळे वैचारिक तणाव येऊ शकतो. जेव्हा आपण एक बाजू बदलायला शिकतो म्हणजेच ओघाने दुसरीही बाजू बदलायला शिकतो, हे वेगळे सांगायला नकोच.

आपल्याला आवश्यक असणारी साधनसामग्री आपल्यापाशीच असते.

कल्पनाशक्ती, मानसिकचित्रे, अंतर्मनाचा आवाज, आपल्या जाणिवा ही आपली खरी साधनसामग्री आहे. ह्याच्या साहाय्याने आपण आपली वैचारिक शक्ती वाढवू शकतो, भावनिक शक्ती तीव्र करू शकतो व आपल्याला हवी ती कलाकौशल्ये शिकू शकतो.

तुम्ही कधीही 'अबोला' धरू शकत नाही.

तुम्ही जरी तोंडाने बोलला नाही तरी तुमचे संपूर्ण शरीर बोलत असते. तुमचा प्रत्येक स्नायू, तुमचे हास्य, तुमचे डोळे, एवढेच काय पण तुमचा स्पर्शही बोलका असतो. तुमचे विचारही तुमच्याशी बोलतच असतात आणि तुमच्या डोळ्यांमध्ये ते परावर्तित होत असतात, प्रत्येक हालचालीमध्ये परावर्तित होत असतात.

तुमच्या वाणीचे चातुर्य तुम्हाला मिळणाऱ्या प्रतिसादामध्ये आहे.

आपल्या वाणीच्या साहाय्याने आपण इतरांपर्यंत पोहोचण्याचा प्रयत्न करतो व इतर मंडळी आपापल्या मानसिक नकाशाप्रमाणे त्याला प्रत्युत्तर देत असतात; परंतु एक गोष्ट लक्षात ठेवायला हवी, ती अशी की आपले शब्द नेमके कुठे कमी

पडताहेत हे पहायची संधी आपल्याला इतरांच्या प्रत्युत्तरामध्ये सापडेल. त्यानुसार आपण शब्दरचना बदलून आपले शब्दसामर्थ्य वाढवू शकतो.

प्रत्येक वर्तनामागे दडलेला मूळ हेतू हा चांगलाच असतो.

प्रत्येक दुष्टपणाच्या मुळाशी, प्रत्येक कपटीपणाच्या मुळाशी किंवा मूर्खपणाच्या मुळाशी सद्‌हेतूच आढळेल. आत्मसंरक्षणासाठी मारामारी, आत्मसन्मानासाठी कपट, आत्मसुरक्षिततेसाठी पळून जाणे, अशा वेगवेगळ्या वर्तनाच्या मुळाशी एखादा सद्‌हेतूच असतो. असल्या वागण्याला शिक्षा किंवा माफी देण्यापेक्षा त्याच्यापासून सद्‌हेतू अलग करता येणे शक्य आहे आणि अशा प्रत्येक सद्‌हेतूला अनेक चांगले पर्याय जोडता येणेही शक्य आहे.

लोकं नेहमीच उत्तम पर्याय निवडतात.

आपल्यापैकी प्रत्येकाला पूर्वइतिहास असतो. त्यामध्ये अनेक गोष्टी दडलेल्या असतात. आपले भूतकाळातले टक्केटोणपे आपल्याला वेगवेगळ्या गोष्टी शिकवून गेलेले असतात. कोणकोणती कामे करायची, कशी करायची, कोणकोणत्या मागण्या करायच्या व कशा करायच्या, कोणकोणत्या गोष्टींची कदर करायची व कशी करायची, काय शिकायचे आणि कसे शिकायचे! ही आपल्या अनुभवाची शिदोरी आहे. आपण नवीन पर्याय व अधिक चांगले पर्याय मिळेपर्यंत आपल्या शिदोरीप्रमाणे योग्य पर्यायच निवडत असतो.

तुमची कृती जर लागू पडत नसेल तर कृती बदला, काहीतरी वेगळे करा.

वर्षानुवर्षे तुम्ही जे जे करत आला आहात तेच करत राहिलात तर वर्षानुवर्षं तुम्हाला जे जे मिळत आलेलं आहे तेच मिळत राहील. तुम्हाला जर काहीतरी वेगळे हवे असेल तर जरा डोळे उघडा आणि बघा अनेक पर्याय हाताशी आहेत, काहीतरी वेगळे करा.

बऱ्याच वेळा एखादी नवीन गोष्ट शिकताना 'हे तर जुनंच आहे, आम्हाला आधीच माहीत होतं' असं म्हणून त्याला कमी लेखायचा लोकांचा कल दिसतो. बदल करणे हेसुद्धा तसेच काहीसे असते तर ते ज्ञान समजावून सांगणे अतिशय सोपे गेले असते; कारण त्यात नवीन शिकण्यासारखे काहीच नसते. पण प्रत्यक्षात स्वत:मध्ये बदल करणे हे संपूर्णपणे नवीन तंत्रज्ञान आहे. माणसाच्या मेंदूकडे व वर्तनाकडे एका वेगळ्याच दृष्टिकोनातून पाहण्याची पद्धत आहे. आजपर्यंत न विचारलेले प्रश्न ह्या शास्त्राने उपस्थित केले आहेत व त्यांची उत्तरेसुद्धा आजपर्यंत न मिळालेली होती. तसेच आजपर्यंत विचार न केलेल्या गृहितांपासून ह्याचा

श्रीगणेशा होतो. त्यामुळेच संपूर्णपणे नवीन शक्यता निर्माण होतात. ह्या गृहितांमुळे माणसाच्या गुणवत्तेच्या मॉडेलचा यशस्वीपणे शोध घेता आला, ह्यातच त्याचे खरेपण सिद्ध होते; परंतु खरेपण सिद्ध करून देता येते म्हणून ती खरी आहेत असे आम्ही मानत नाही, तर एकदा का ही गृहिते मनात ठेवली की ठेवणाऱ्याला आपले पर्याय निवडण्याकरता जी मोकळीक मिळते व ज्या संधी उपलब्ध होतात त्या कोणत्याच शास्त्रामध्ये होत नाहीत, हे मुख्य कारण आहे. आपण ह्यातील काही निवडक गृहितेच अमलात आणली की परिवर्तनाचे कसे वेगवेगळे पर्याय निर्माण होतात हे पाहूया.

नकाशा, मन, भावना आणि परिवर्तन.

'भूखंडाचा नकाशा म्हणजे भूखंड नव्हे' हा वाक्प्रचार सर्वप्रथम पोलंडमधील गणिततज्ज्ञ आल्फ्रेड कोर्जिबस्की ह्याने उपयोगात आणला. तो आपला घसा फोडून लोकांना सांगत असे की ज्याप्रमाणे उपहारगृहातील खाद्यपदार्थपत्रक (Menu Card) आणि टेबलावर येणारे खाद्यपदार्थ ह्या दोन भिन्न गोष्टी आहेत, त्याचप्रमाणे रस्त्याचा नकाशा आणि रस्ता ह्या दोन भिन्न गोष्टी आहेत. आपण हे तत्त्व रोजच्या रोज अमलात आणत असतो. आपल्यापैकी प्रत्येकजण रोज सकाळी उठून आपापल्या उद्योगव्यवसायाला जात असतो व संध्याकाळी ते आटपून घरी परत येत असतो. सुरुवातीला जातायेता वेगवेगळे रस्ते वापरण्याचे प्रयोग करून कालांतराने सगळ्यात सोयीच्या मार्गावर आपण स्थिरावतो. आपल्या मनामध्ये सगळ्यांत सोयीच्या मार्गाचा नकाशा तयार होतो. मग आपण नित्यनेमाने त्याच एका वाटेवरून वर्षानुवर्षे जात राहतो. दरम्यान त्या भागाची सुधारणा होते. नवीन रस्ते बांधले जातात आणि नवीन रस्ते जोडले जातात; परंतु ह्या नवीन रस्त्यांची जोड जोपर्यंत मनातील नकाशाला मिळत नाही, तोपर्यंत तो नकाशा आणि भूखंड ह्यात तफावतच राहते. तुम्ही म्हणाल की तशी राहिली तरी विशेष काही बिघडत नाही. खरे आहे तुमचे म्हणणे; परंतु ज्या दिवशी आपल्या नेहमीच्या रस्त्यावर एखादे खोदकाम, अपघात वगैरे होऊन मार्ग बंद व्हायची वेळ येते, त्या वेळेस आपल्याला नवीन पर्याय माहीत नसतात व गोंधळ उडतो. ज्यांच्याकडे सुधारीत नकाशा आहे त्यांचा गोंधळ उडत नाही. उलट, त्यांच्याकडे वेगवेगळे पर्याय उपलब्ध असतात आणि असल्या प्रसंगी ते डगमगून न जाता त्यातून चट्दिशी वाट काढतात.

पुढील प्रयोगात तुम्ही भाग घेतलात तर तुम्हाला ह्या गृहिताचा थेट अनुभव येईल व त्याचे महत्त्व कळेल; पण एक गोष्ट लक्षात असायला हवी की जितका मनापासून भाग घ्याल तितका गृहिताचा अनुभव घ्याल.

प्रयोग क्र. : १. सिनेमा आणि संगीत

ह्या प्रयोगाद्वारे तुम्ही तुमच्या कटू आठवणींची तीव्रता कमी कशी करायची हे शिकाल. मध्यम तीव्रतेच्या रोजच्या व्यवहारातील आठवणींवर ही युक्ती रामबाण उपाय आहे.

१. कटू आठवणीचा सिनेमा पहा.

रोजच्या आयुष्यातील अगदी वैतागवाण्या कामापासून किंवा तत्सम कोणत्यातरी कटू आठवणींपासून सुरुवात करा. उदा. तुम्ही कधीतरी अगदी निराश झाला असाल, किंवा एखाद्या प्रसंगात अगदी लाजिरवाणे वाटले असेल किंवा एखाद्या प्रसंगाची शिसारी आली असेल, असा कोणताही प्रसंग निवडा; परंतु एक विशिष्ट प्रसंगच व तोही तुम्ही स्वत: अनुभवलेला असायला हवा. एकदा का विशिष्ट प्रसंग निवडला की प्रयोगाला खरी सुरुवात होईल. आता आपण सुरुवात करूया. तो प्रसंग अगदी सुरुवातीपासून डोळ्यासमोर आणा. गंमत अशी की जर डोळे बंद केले तर त्या प्रसंगातील बारकावेसुद्धा स्पष्ट दिसतील. त्या बारकाव्यांकडे लक्ष द्या. जणू काही त्या प्रसंगाचा सिनेमा सुरू आहे असेच समजा. त्यातील चित्रांकडे पहा. रंगसंगतीकडे पहा. चित्र स्थिर आहेत की चलतचित्र आहेत ह्याकडे लक्ष द्या. त्या प्रसंगातील आवाज तुम्हाला ऐकू येताहेत का ह्याकडे लक्ष द्या. संपूर्ण प्रसंग अगदी निरखून पहा. आता तुम्हाला कसं वाटतंय? तुमच्या भावनांकडे लक्ष द्या.

२. एखादी संगीताची धून जोडा.

वरील प्रसंगाला विसंगत असे एखादे गाणे आठवा. खरे म्हणजे आत्ता तुमचा मूड अगदी गंभीर असणार. म्हणूनच एखादे हलकेफुलके संगीत निवडा. काहीजण नृत्यसंगीत निवडतात तर काही शास्त्रीय संगीत निवडतात. तुम्ही कोणतेही निवडा; परंतु प्रसंगाला विसंगत असायला हवे.

३. सिनेमाला पार्श्वसंगीत जोडा.

तुम्ही जो संगीताचा तुकडा निवडलेला आहे तो तुमच्या मनातल्या मनात जोराने वाजवा. तुम्हाला तो आवाज ऐकू आला पाहिजे. चला, आता ह्या आवाजाची तुमच्या गंभीर सिनेमाला जोड देऊया. सर्वप्रथम पहिल्यापासून तो सिनेमा पहा आणि तो पाहाताना पार्श्वसंगीताचा आवाज वाढवा. सिनेमा सुरू असेपर्यंत संगीत बंद करू नका.

४. परिणाम तपासून पहा.

आता परत एकदा तो सिनेमा मन:चक्षुसमोर आणा. ह्या वेळेस पार्श्वसंगीतासकट सगळे आवाज बंद करा. मूकपट सुरू आहे असे समजा. आता कसे वाटतेय? कोणत्या प्रकारच्या भावना निर्माण झाल्या आहेत? बऱ्याच मंडळींना 'तो प्रसंग' हास्यास्पद झाल्याचा अनुभव येतो किंवा त्यातील कटुता गायब किंवा कमी झाल्याचा अनुभव येतो. तुमच्या बाबतीत जर तसे झाले नसेल तर पार्श्वसंगीत बदलून पहा. काहीतरी विनोदी जोडा व पहा कटू आठवणीची तीव्रता कमी होईल. तुम्हाला लागू पडेल अशी कोणतीही गोष्ट निवडा व डोळे बंद करून शांतपणे हा प्रयोग करून पहा.

आपल्यापैकी बहुतेकजण कधी ना कधीतरी निराश झालेले असतात, त्यांनी कधीतरी लाजिरवाणे प्रसंग झेललेले असतात; परंतु कालांतराने आपल्याला त्याचे काही वाटेनासे होते. आपण म्हणतो काळ हे सर्व दु:खांवर उत्तम औषध आहे; परंतु

ही मानसिक स्थिती बदलण्यासाठी काळाची लांबी जबाबदार नसते तर आपण तो प्रसंग कोणत्या प्रकारे आठवणीत ठेवलेला आहे व तो कोणत्या प्रकारे बदलण्याचा प्रयत्न करतो, हे खरे कारण जबाबदार असते.

वरील प्रयोगाच्या मदतीने आपण एका 'प्रसंगाचा' मानसिक नकाशाच बदलून टाकला. एकदा का हे नकाशे बदलणे शिकून घेतले की आपल्या जीवनातील कटुता स्वत:च पुढाकार घेऊन स्वत:लाच बदलून टाकता येईल.

हा असला बदल होणे म्हणजेच आपल्या पहिल्या गृहिताला पुष्टी मिळण्यासारखे आहे. 'नकाशा म्हणजे भूखंड नव्हे.' तुम्ही पाहिलेत, आत्ताच तुम्ही तुमचा एक जुना नकाशा काढला व त्या जागी सुधारीत आवृत्ती ठेवली व त्यामुळे काही वेगळे पर्याय नजरेस येऊन, जीवनात नवीन शक्यता निर्माण झाल्या. ह्या बदलामुळे आणखी एका गृहिताला पुष्टी मिळते. प्रत्येक अनुभवाला एक संरचना असते. वरील प्रयोग करण्याआधी तुमच्या आठवणीची संरचना गंभीर ठेवणीची होती. त्याला तुम्ही विरोधाभासाचे संगीत जोडले व त्याची ठेवणच बदलून गेली व परिणामी, त्यातील भावनासुद्धा बदलल्या.

पुढला प्रयोग करण्याआधी पहिला प्रयोग तीनचार वेळा तरी करून पहावा. वेगवेगळे कटू प्रसंग निवडून त्याला वेगवेगळे संगीत जोडा म्हणजे तुम्हाला कोणते संगीत लागू पडते, ह्याची जाणीव होईल व त्याचा उपयोग तुम्हाला पुढे येणाऱ्या अनेक प्रयोगांमध्ये होईल.

प्रयोग क्र. : २. फोटोफ्रेम

१. कटू प्रसंग आठवा.

एखाद्या त्रासदायक घटनेचा विचार करा किंवा नेहमीच्या जीवनात वरचेवर वैताग आणणाऱ्या परिस्थितीचा विचार करा. ह्यामुळे जीवनात होणारा बदल जर रोजच्या रोज अनुभवायचा असेल, तर असल्या प्रयोगासाठी रोजच्या जीवनात वरचेवर घडणाऱ्या घटना घ्याव्यात. मागील प्रयोगामुळे तुमच्या कटू आठवणींची तीव्रता कमी झालेली नसेल तर तोच प्रसंग ह्या प्रयोगात घेऊन पहा.

२. आठवणीचा फोटो काढा.

आता परत एकदा सिनेमा पाहिल्यासारखी ती आठवण संपूर्णपणे मन:चक्षुसमोर आणा; पण आता एक नवीन प्रकार करून पाहूया. त्या सिनेमातील आणीबाणीच्या क्षणी तो सिनेमा थांबवा. तो क्षण फोटोसारखा टिपा. हा टिपलेला फोटो आता भिंतीवर चिकटवा. सिनेमागृहाच्या बाहेर लावलेले सिनेमाचे फोटो *(क्षणचित्रे)* जसे

प्रेक्षक पहात असतात, अगदी त्याप्रमाणेच तुम्ही तुमच्या फोटोकडे पाहत आहात, असे चित्र तुमच्या मन:चक्षुसमोर आणा. फोटोतील तुम्ही आणि फोटो पाहणारे तुम्ही ह्यामध्ये काही फरक आहे का ह्याचे निरीक्षण करा. वयात काय फरक आहे? हावभाव काय आहेत? प्रत्येक छोट्या छोट्या फरकाकडे लक्ष पुरवा.

३. फोटोला नक्षीकडा लावूया.

आता तुमच्या मन:चक्षुसमोर जो काही फोटो आहे त्याला नक्षीकडा लावूया. कोणत्या आकाराची चांगली दिसेल. चौकटीची की आयताकृतीची की वर्तुळाकार की अंडाकृती. जी तुम्हाला आवडेल ती घ्या आणि त्या फोटोच्याभोवती लावा. आता तो फोटो भिंतीवर लटकवा आणि थोडेसे लांबून पहा, किती सुंदर दिसू लागला आहे! त्यावर आणखी एक प्रकाशझोत सोडा की त्याचे सौंदर्य वाढेल.

४. जरा आणखी सजावट करूया.

ह्या फोटोकडे सजावट करण्याच्या दृष्टिकोनातून पहा. हा फोटो आणखी कसा सजवता येईल? तुम्हाला आवडेल तशी कलाकुसर करून पहा. हा फोटो एखाद्या प्रदर्शनात ठेवण्याच्या दर्जाचा होईपर्यंत सजवा. त्यानंतर तुमच्या मन:चक्षुसमोर एखाद्या प्रदर्शनाचा देखावा उभा करा व तेथे हा सुंदर फोटो मांडलेला आहे, असे चित्र उभे करा.

५. आता कसं वाटतंय ते तपासा.

आता मनातील विचार अगदी वेगळ्या विषयावर नेऊन सोडा. दीर्घ श्वास घ्या व श्वासावर लक्ष केंद्रीत करा. आता परत त्या प्रसंगाविषयी विचार करा. त्याविषयी तुमच्या भावना काय आहेत ते तपासा. बहुधा भावनेचा तणाव कमी झाला असेल. यदाकदाचित झाला नसेल तर फोटोला वेगळी सजावट करून पहा. वेगवेगळ्या आकाराची कडा लावून हा प्रयोग परत परत करून पहा. तुमचा तणाव हमखास कमी होईल.

आता काही विचारवंत मंडळी लगेच म्हणतील की हा बदल किती वेळ टिकणार आहे? ठीक आहे. थोड्या वेळाने तपासून पहा. हवं तर एक तासानंतर तपासून पहा. तुमच्या रोजनिशीत नोंद करून ठेवा व पुढच्या आठवड्यात तपासा, पुढच्या महिन्यात तपासा. तुम्हाला आढळेल, बदललेले विचार तसेच आहेत. याचे कारण असे की तुम्ही मेंदूच्याच सांकेतिक भाषेचा वापर केला. ह्याच पद्धतीचा उपयोग करून तुम्ही तुमचे विचार कधीही बदलू शकता.

गमतीचा भाग असा, की हा बदल तुमच्यावर लादलेला नाही. रोज सकाळी उठून तुम्ही तुमच्या मनाला बजावत बसला नाहीत. मनाला मुरड घालण्याकरिता तुम्हाला कसलीही शक्ती वापरावी लागली नाही. त्याऐवजी अलगदपणे मेंदूचीच संरचना वापरून जी सांकेतिक भाषा मेंदूला समजते तीच वापरली. हे जर तुमच्या लक्षात आले तर हा विषय शिकण्याची पहिली पायरी तुम्ही ओलांडली आहे, असे समजा. बदलाच्या कार्यप्रणालीच्या ह्याच पायऱ्या आहेत व त्याचा क्रम हा पुढीलप्रमाणे असतो - विचार, भावना, कृती आणि परिवर्तन.

काही वेळापूर्वी ज्या प्रसंगाच्या आठवणीने तुमचा जीव गुदमरल्यासारखा होत होता, त्याच प्रसंगातील कटुता आता तुम्ही अगदी सहज झेलू शकता. हे परिवर्तन आता कायमचे आहे. भविष्यात कधीही ह्या प्रसंगाविषयी विचार कराल तर तुम्हाला नैराश्य येणार नाही. आता तुमच्या जीवनातील कोणत्याही कटू आठवणीची कटुता झटपट कशी कमी करायची, ही युक्ती तुम्ही शिकलेला आहात. हे दोन्ही प्रयोग वेगवेगळ्या प्रसंगावर वापरून पहा. तुम्हाला लागू होईल असा कोणताही फेरफार प्रयोगामध्ये करा व पहा आयुष्य कसे बदललेले असेल.

खरे म्हणजे आपण ही प्रक्रिया नेहमीच वापरत असतो आणि म्हणूनच दिवसेंदिवस आपल्या विचारांमध्ये, भावनांमध्ये तसेच कृतीमध्ये, मतांमध्ये बदल होत गेलेला आहे. फक्त हे सगळे आपल्या नकळत किंवा अपघाताने घडले. हे शास्त्र विकसित होईपर्यंत ही गोष्ट पद्धतशीरपणे करता येते, हे माहीतच नव्हते.

पुढच्या वेळेस एखादा प्रसंग किंवा त्याची आठवण जेव्हा त्रास देईल तेव्हा वरील प्रक्रिया पुढाकार घेऊन वापरून पहा. त्या आठवणीचा सिनेमा पहा. त्याला वेगवेगळे पार्श्वसंगीत जोडा किंवा त्याची क्षणचित्रे काढून भिंतीवर लटकवा. त्याला हवी तशी सजावट करा आणि पहा जीवनात नवीन दृश्य कसे तयार होते!

गुरू आणि उत्कृष्टतेचे मॉडेल

आपण जर इतिहासात डोकावून पाहिले तर कित्येक ठिकाणी यशस्वी लोकांनी नकळतपणे ह्याच शास्त्राचा वापर केलेला दिसतो; परंतु ह्यामुळेच आपल्या काही गृहीतांना पुष्टी मिळते. अभिनयाचे पारितोषिक विजेते *(Academy Award Winner)* अँथनी हॉपकीन्स ह्यांनी आपल्या यशाचे संपूर्ण श्रेय दुसऱ्या एका नटाला म्हणजेच वेल्शमन रिचर्ड बर्टन ह्यांना दिले. पंधराव्या वर्षी अँथनी हॉपकीन्सची भेट बर्टन ह्यांच्याशी झाली व त्यांच्या व्यक्तिमत्वामुळे हॉपकीन्स भारावून गेले. पुढे बर्टन ह्यांनी उत्तम नट म्हणून नाव कमावले व हॉपकीन्सनाही तसेच करावेसे वाटले. अध्यक्ष बिल क्लिंटन तत्कालीन अध्यक्ष केनेडींना भेटले व भारावून गेले. आपल्याला ठिकठिकाणी हे असेच आढळते की लोक आपल्या आवडत्या नेत्यांची, नटनट्यांची नक्कल करतात. त्यांच्यासारखी वेशभूषा करतात, केशरचना करतात. एवढेच नव्हे, तर व्यवसायात एखादी यशस्वी व्यक्ती असेल तर त्याला गुरू मानून त्याच्या पावलावर पाऊल ठेवून, त्याची थोड्याफार प्रमाणात नक्कल करून यश संपादन करणारी मंडळीसुद्धा पहायला मिळतात. व्यवस्थापनामध्येसुद्धा कनिष्ठ अधिकारी वरिष्ठ अधिकाऱ्याची नक्कल करताना दिसतात. मग वरिष्ठ अधिकाऱ्याची भाषा, त्यांनी दिलेली उदाहरणे, त्यांनी सांगितलेले चुटके ते तसेच्या तसे वापरतात; परंतु हे वरवरचे प्रयत्न म्हणजे वाघाचे कातडे पांघरून शौर्य अंगात संचारेल अशी अपेक्षा करण्यासारखे होतात.

ह्यासाठीच शास्त्रामध्ये ह्याविषयी काय सांगितले आहे हे समजून घेतले म्हणजे नक्कल ही वरवरची राहणार नाही. त्याला एक वेगळाच अर्थ प्राप्त होईल. आधुनिक शास्त्राची प्राथमिक दोन गृहीते जर मनात ठेवली, 'भूखंडाचा नकाशा म्हणजे भूखंड नव्हे' आणि 'प्रत्येक अनुभवाला एक संरचना असते' आणि मग एखाद्याच्या पावलावर पाऊल ठेवायचा प्रयत्न केला तर तो वरवरचा प्रयत्न न राहता त्याला वेगळा अर्थ प्राप्त होतो. फक्त बाह्य गोष्टींची नक्कल करण्यापेक्षा

(केशरचना, वेशभूषा, हावभाव, चुटके) जर त्यांचे मानसिक नकाशे अभ्यासून पाहिले तर वेळ सत्कारणी लागतो. यशस्वी मंडळींनी काय काय मिळवले ह्या गोष्टीची चर्चा करण्याऐवजी त्यांनी ते कसे मिळवले, ह्याचा अभ्यास केला तर ते जास्त अर्थपूर्ण होईल. जर प्रत्येक अनुभवाला एक संरचना असते तर ह्या यशस्वी मंडळींच्या मानसिक नकाशांनासुद्धा एक विशिष्ट संरचना असणार. त्याचा अभ्यास आपण करू शकतो. त्याची नक्कल करून आपल्या जीवनात आत्मसात करू शकतो. त्यांचे चांगले परिणाम दुप्पट करू शकतो तसेच ह्या नकाशांच्या प्रतिकृती कशा तयार करायच्या, हे इतरांना शिकवूसुद्धा शकतो.

आपल्या शास्त्रामध्ये तिसरे गृहीत आहे, 'जर एक व्यक्ती एखादी कामगिरी करू शकते तर दुसरी कोणतीही व्यक्ती तीच कामगिरी शिकू शकते आणि साध्यही करू शकते' हा एक नवचेतना जागृत करणारा विचार आहे. ह्याचा अर्थ असा होतो, की उत्तेजित करणे, एखाद्याचे मन वळवणे, आत्मविश्वास जपणे, स्वत:चे स्वत्व जपणे, निर्णय घेणे, कल्पकता वापरणे ह्यांसारखी कौशल्ये कोणीही शिकू शकतो. ही कौशल्ये संपादन करण्याचा एक मानसिक नकाशा असतो व त्यालाही एक विशिष्ट संरचना असते. तुम्ही जेव्हा एखाद्या व्यक्तीला दैवत मानता, त्याचे नकाशे शोधून काढता, त्याची नक्कल करता, अगदी पावलावर पाऊल ठेवता, तेव्हा त्याच दर्जाचे यश मिळवण्याची शक्यता निर्माण होते. फक्त महत्त्वाची गोष्ट अशी आहे की येथे नक्कल करायची आहे मानसिक नकाशाची, बाह्य गोष्टींची नव्हे.

आपल्याला आवश्यक असणारी साधनसामग्री आपल्यापाशीच असते.

तुम्ही म्हणाल की काहीजण उपजतच हुषार असतात किंवा जन्मत:च आनंदी असतात किंवा जन्मत:च कलाकार असतात. एवढेच नाही तर त्यांची हुषारी, आनंदी स्वभाव किंवा कलेचा विकास होण्यासाठी आवश्यक असणारी साधनसामग्रीसुद्धा त्यांना देवानी कांकणभर जास्तच दिलेली असते किंवा सोन्याचा चमचा तोंडात घेऊनच ही मंडळी जन्माला आलेली असतात. ह्या वाक्यांची सत्यासत्यता पडताळून पाहणे म्हणजे वादाच्या भोवऱ्यात सापडणे आहे; परंतु एवढे मात्र निश्चित म्हणता येईल की ह्या मंडळींनी त्यांच्याकडे असणाऱ्या साधनसामग्रीचा आणि जीवनात येणाऱ्या संधींचा चांगला समन्वय साधला आहे. कोणत्याही क्षेत्रातील यशस्वी व्यक्तीवर नजर फिरवा. सुनील गावस्कर असो की कपिल देव असो, लालुप्रसाद यादव असो की किरण बेदी असो, ह्या सर्वांनी त्यांच्याकडे जे गुण आहेत ते विकसित करण्याकरता त्यांच्याकडील साधनसामग्रीचा पुरेपूर वापर केलेला दिसतो. थोडेसे खोलात जाऊन पाहिलेत तर असे दिसते की ह्या सर्वांची साधनसामग्री एकच होती. ह्या प्रत्येकाकडे स्वप्ने होती. त्या स्वप्नातील कल्पनाचित्रे त्यांनी स्पष्ट

रंगवलेली होती. त्यांना अंतर्मनातून आवाज ऐकू येत होते. त्यांच्या इतर जाणिवांनासुद्धा ते स्पष्टपणे जाणवत होते. त्यामुळे त्यांच्या कार्याबद्दलच्या भावना तीव्र झाल्या. म्हणून त्यांनी आपापल्या क्षेत्रातील उत्तम कामगिरीचा ध्यास घेतला.

आपण केलेले दोन्ही प्रयोग आठवताहेत का? पहिल्या प्रयोगात आपण संगीताचे आवाज जोडले. एखादी समस्या सोडवायला ही सामग्री इतकी उपयुक्त होईल, हे आधी माहीतही नव्हते. म्हणून त्याचा असा उपयोग करून घ्यायचा असा विचारही तुमच्या मनात आला नाही. तरीही जेव्हा तुम्ही त्याचा वापर केला तेव्हा लक्षात आले असेल की परिवर्तनासाठी लागणारी ही एक उपयुक्त साधनसामग्री आहे. त्याचप्रमाणे दुसऱ्या प्रयोगात कल्पनाचित्रांची जोड दिली. तेव्हासुद्धा हाच साक्षात्कार झाला असेल; परंतु महत्त्वाची गोष्ट अशी आहे की ही साधनसामग्री तुमच्याकडे आधीपासूनच होती. तशी ती प्रत्येकाकडे असते. फक्त जाणीवपूर्वक जी माणसे ह्याचा उपयोग करतात ती यशस्वी होतात.

कल्पनेतील प्रत्येक चित्र, मनातील प्रत्येक आवाज व मनाच्या प्रत्येक जाणिवा म्हणजेच आपली साधनसामग्री. ही सामग्री कशासाठी उपयोगात येईल, कधी लागेल, हे कोणीही सांगू शकत नाही. कल्पनेतील ही चित्रे बघण्याची आपल्या मेंदूला मिळालेली एक देणगी आहे. सुरुवातीला ही चित्रे अंधूक असू शकतात, पण आपण ती स्पष्ट करू शकतो. आपल्यापैकी प्रत्येकाला मनातील आवाज ऐकण्याची शक्ती असते; परंतु गंमत अशी आहे की आपणापैकी बरेच लोक ह्या आवाजाचा उपयोग फक्त स्वत:वर टीका करण्यासाठी करत असतात. परंतु सकारात्मक आवाज आत्मविश्वास वाढवू शकतो व आपले मार्गक्रमण योग्य मार्गावर ठेवू शकतो. आपल्यातील धीर देणाऱ्या वक्त्याला जर आपण जागे केले व सतत जवळ ठेवले तर आपले आयुष्य अतिशय उत्तेजनेत राहते. बदल करताना हुषारी आणि अंतर्गत साधनसामग्री अतिशय महत्त्वाची आहे. माणसाची 'हुषारी' म्हणजे तरी काय आहे तर जीवनात शिकलेली विविध कौशल्ये. परंतु एकत्रितपणे स्मरणात ठेवलेली, व्यवस्थितपणे क्रमवारीत ठेवलेली आणि सतत इतकी सरावात ठेवलेली की अगदी प्रतिक्षिप्त क्रिया वाटावी. आपल्यातील अंतर्गत साधनसामग्रीचे 'हुषारीत' रूपांतर करण्याची संधी प्रत्येकाकडे असते. आपल्या आवडत्या विषयामध्ये किंवा आवडत्या क्षेत्रामध्ये आपण अगदी निष्णात व्यक्ती होऊ शकतो. हे पुस्तक तुम्हाला मार्ग दाखवेल.

मनातील चित्र किंवा आवाज ही खरोखरची सामग्री होऊ शकते, हे अनुभवायला प्रयोग क्र. ३ करूया. ह्या प्रयोगाचे नाव 'उत्कृष्टतेचे वर्तुळ' असे आहे. ज्या प्रसंगात तुम्हाला अतिशय आत्मविश्वास वाटला होता असा एखादा भूतकाळातील क्षण आम्ही तुम्हाला आठवायला सांगू. समजा, परत एखादा प्रसंग जगण्याचा पर्याय

तुमच्यापुढे आला तर जो आनंदाचा, आत्मविश्वासाचा प्रसंग मनात येईल तो आम्ही तुम्हाला निवडायला सांगू. तो प्रसंग डोळ्यासमोर आल्यावर त्यात दडलेली साधनसामग्री शोधायला सांगू. ती साधनसामग्री एकत्रित करून त्याचा एक पट्टा शिकवू. जेव्हा आत्मविश्वासाची गरज भासेल तेव्हा हा पट्टा वापरायचा की संपूर्ण सामग्री तुमच्या उपयोगाला येईल.

प्रयोग क्र. : ३. उत्कृष्टतेचे वर्तुळ

अटीतटीच्या नेमक्या क्षणी तुमच्याकडे आणखी थोडा आत्मविश्वास असता तर तुम्ही आयुष्यात आणखी काय काय मिळवलं असतं? भूतकाळातील एखादी सकारात्मक भावना जशीच्या तशी उचलून वर्तमानकाळात हलवण्याचा पर्याय तुमच्यापुढे आला तर कोणती भावना व कोणता प्रसंग जसाच्या तसा जगण्याची परत इच्छा होईल?

१. आत्मविश्वासाच्या आठवणीत जा.

उभे रहा व डोळे मिटा. भूतकाळात जा व आठवणींची उजळणी करा. त्यातील एखादा असा प्रसंग निवडा की त्या प्रसंगात तुम्हाला संपूर्ण आत्मविश्वास वाटतो आहे. तो प्रसंग जसाच्या तसा डोळ्यासमोर उभा करा, जणू काही तो आत्ता घडतो आहे. तो प्रसंग इतका जिवंत करा की त्यातील सगळे आवाज तुम्हाला ऐकू येऊ द्या. सगळी चित्रे डोळ्यासमोर आणा. तुमच्या भावना जशाच्या तशा जिवंत होऊ द्या.

२. उत्कृष्टतेचे वर्तुळ.

एकदा का आत्मविश्वासाच्या भावना जिवंत झाल्या की कल्पना करा की रंगीत वर्तुळामध्ये तुम्ही उभे आहात. ज्या रंगाचे वर्तुळ तुम्हाला आवडेल तो रंग निवडा. त्या वर्तुळामधून काही ध्वनिलहरी बाहेर पडताहेत, ही जाणीव तुम्हाला आवडेल? आवडत असेल तर त्यात मनाला आल्हाददायक अशा कोणत्याही ध्वनिलहरी भरा. मृदु पार्श्वसंगीत किंवा ॐच्या ध्वनिलहरी, गायत्रीमंत्र जे काही तुम्हाला लागू पडेल असे कोणतेही ध्वनी निवडा व त्या वर्तुळात भरा. त्या ध्वनिलहरींची तीव्रता मनाला आल्हाददायक वाटेल इतकीच ठेवा. आता हे संपूर्ण चित्र मन:चक्षुसमोर आणा. तुम्ही तुमच्या आवडत्या रंगाच्या वर्तुळात उभे आहात. त्यातून सुंदर अशा ध्वनिलहरी बाहेर पडत आहेत. त्या लहरी तुमच्या अवतीभवती आहेत. तुम्हाला त्या जाणवताहेत. त्यातच तुमच्या भूतकाळातील प्रसंग अगदी जिवंत झालेला आहे. तुमच्या आत्मविश्वासाच्या भावना अगदी तीव्र झालेल्या

आहेत. कल्पनाचित्र, रंग, ध्वनिलहरी आणि भावना ह्यांमधून निघणारी सकारात्मक कंपने ही सगळी वर्तुळात आहेत. आता हळूच ह्या वर्तुळातून बाहेर पडा. एक पाऊल पुढे या. ती सगळी सकारात्मक कंपने त्या वर्तुळातच ठेवा. आता तुम्ही त्या वर्तुळाच्या बाहेर उभे आहात. त्या वर्तुळात तुम्हाला कल्पनाचित्र, रंग, आवाज व भावना अक्षरश: दिसताहेत; परंतु तुम्ही त्यापासून एक पाऊल अंतरावर उभे आहात. आता हळूच त्या वर्तुळात शिरा. एक पाऊल मागे जा. पहा आता काय फरक झाला. आता ती सगळी सकारात्मक कंपने तुम्हाला जाणवताहेत. तुम्ही त्यांचा एक भाग आहात. परत एकदा ही सगळी कंपने वर्तुळातच ठेवून एक पाऊल पुढे या. वर्तुळातून बाहेर या.

३. आता भविष्यकाळात शिरा.

तुम्ही वर्तुळाच्या बाहेर आहात. आता हळूवारपणे भविष्यकाळात शिरा. भविष्यात कोणत्या प्रसंगात तुम्हाला ही सकारात्मक कंपने तुमच्याबरोबर असली तर तुमची कामगिरी चांगल्या प्रकारची होईल असे वाटते, तो प्रसंग कल्पनेनी रंगवा, त्याची क्षणचित्रे पहा. त्यातील आवाज ऐका. कदाचित तो प्रसंग तुमच्या वरिष्ठांबरोबरचा असेल किंवा मित्रमैत्रिणींबरोबरचा असेल किंवा व्यवसायासंबंधी मुलाखतीचा असेल किंवा तुम्ही भाषण देणार असाल तो प्रसंग पहा व ऐका. त्यासंबंधीच्या तुमच्या सगळ्या जाणिवा जागृत होऊ द्या.

४. जोड द्या.

भविष्यातील त्या प्रसंगाच्या सर्व जाणिवा जागृत झाल्या की हळूच एक पाऊल मागे जा म्हणजे तुम्ही वर्तुळात शिराल. तेथे शिरल्याबरोबर सकारात्मक कंपनामुळे तुमच्या आत्मविश्वासाच्या भावना जागृत होतील. त्या आत्मविश्वासाच्या भावनेमध्ये तो भविष्यातील संपूर्ण प्रसंग तुमच्यासमोर उलगडत आहे. आता त्याचे रंग व आवाज बदललेले आहेत; कारण तुमच्याकडे भावनात्मक साधनसामग्री आलेली आहे.

५. परिणाम तपासा.

आता ही सकारात्मक कंपने घेऊन वर्तुळाच्या बाहेर या. एक पाऊल पुढे जा. आता परत भविष्यातील प्रसंग डोळ्यासमोर आणा व तुमची मानसिक स्थिती तपासून पहा. ती जर आत्मविश्वासाची असेल तर तुम्ही तुमच्या मेंदूतील संगणकीय सूचना *(Computer Programme)* बदललेल्या आहेत. त्या प्रसंगाचा विचार केल्यावर अजूनही मनाचा आल्हाददायकपणा गेलेला नाही, मनाला दुर्बलता आलेली नाही.

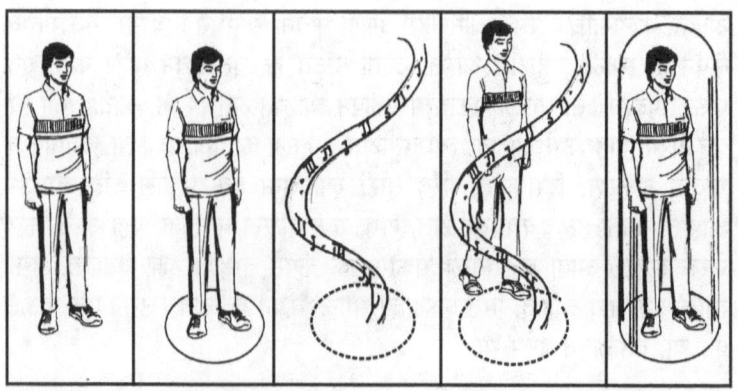

असे असेल तर जेव्हा तो प्रसंग प्रत्यक्षात घडेल तेव्हाही ह्याच भावना रहातील. तुमच्या मेंदूला त्यात नवीन काही वाटणार नाही. जणू काही आत्मविश्वासाची लसच टोचली आहे. डोळे उघडा व थोडा वेळ शांत बसून रहा.

वरील प्रकारचे बदल घडवून आणण्याकरता नेहमीच कल्पकता वापरायला लागते. तसेच आम्ही हेसुद्धा लक्षात ठेवतो की कोणतीही गोष्ट पहिल्या प्रथम करताना हातून शंभर प्रकारच्या चुका होऊ शकतात. तुम्ही जर हा प्रयोग पहिल्या प्रथमच केला असेल किंवा जर नीट जमला नसेल तर परत करून पहा. प्रत्येक पायरीला योग्य तो वेळ देणे अतिशय महत्त्वाचे आहे. त्याचप्रमाणे मनापासून प्रयोग करणे ही दुसरी महत्त्वाची गोष्ट आहे.

१. <u>पहिली पायरी</u> - ही पायरी अतिशय महत्त्वाची आहे. तुमच्या स्मरणातून एखादा प्रसंग पूर्णपणे बाहेर काढणे आवश्यक आहे. तुम्ही अक्षरश: तो प्रसंग परत अनुभवता आहात असे तुम्हाला वाटण्याइतपत तो प्रसंग जिवंत झाला पाहिजे.

२. <u>दुसरी पायरी</u> - ह्यामध्ये घाई न करता काल्पनिकरित्या स्वत:भोवती वर्तुळ तयार करणे आवश्यक आहे. त्यानंतर त्याला वेगवेगळ्या प्रकारच्या जोडण्या देणे आवश्यक आहे. रंग, आवाज, भावना ह्या सर्वांची जोड महत्त्वाची आहे. कदाचित काहींना वर्तुळाच्या आत शिरणे व बाहेर पडणे अनेक वेळा करावे लागेल.

३. <u>तिसरी पायरी</u> - ह्यामध्ये भविष्यातील प्रसंगात नकारात्मक भावना येण्याच्या आधीचा क्षण पकडणे महत्त्वाचे आहे. थोडासा उशीर झाला तर नकारात्मक भावनांची छाया जास्त पडण्याचा संभव आहे.

४. <u>चौथी पायरी</u> - इथे या क्षणाच्या आधी वर्तुळात शिरणे महत्त्वाचे आहे म्हणजे सकारात्मक भावना उफाळून येऊन नकारात्मक भावनांना जागाच राहणार नाही.

५. <u>पाचवी पायरी</u> - शेवटी ताळा करून पाहणे जरुरीचे आहे. ताळा करताना तो प्रसंग डोळ्यासमोर आणल्यावर जर सकारात्मक भावना येत नसतील तर कुठे तरी कच्चा धागा राहिलेला आहे. परत हा प्रयोग करून पहा.

तुम्ही हे शास्त्र वापरू लागलात याचाच दुसरा अर्थ म्हणजे तुम्ही पुढाकार घेऊ लागलात. आयुष्यात येणाऱ्या प्रसंगांना तुमचे प्रत्युत्तर काय असावे, हे तुम्हीच ठरवू लागलात. आता वरील प्रयोगातच पहा ना, तुम्ही पूर्वी अनुभवलेल्या सगळ्या सकारात्मक भावना एकत्रित केल्या आणि भविष्यात त्रासदायक ठरू शकणाऱ्या एखाद्या प्रसंगाला पाहिजे त्या ठिकाणी जोडल्या. आता ही प्रक्रिया तुम्ही पाहिजे त्या प्रसंगाला, पाहिजे त्या ठिकाणी आणि पाहिजे त्या वेळी करू शकता. सगळ्यात महत्त्वाची गोष्ट म्हणजे हे उत्कृष्टतेचे वर्तुळ फक्त समस्या असेल तेव्हाच वापरायचे असे नाही, तर एखादी गोष्ट तुम्ही योग्य करत असताना ती अधिक उत्कृष्ट करण्याकरतासुद्धा वापरू शकता.

असं समजा, की तुमचे सादरीकरण अगदी मुद्देसूद व पद्धतशीर असते; परंतु कधीकधी त्यावरचा अभिप्राय 'रुक्ष होते' असा येतो. आता ही परिस्थिती बदलण्याकरता आत्मविश्वासाची गरज आहे. येथे गरज आहे ती हास्यविनोदाची व खेळकरपणाची. आपल्यावरील प्रयोगामार्फत तुम्ही उत्कृष्टतेचे वर्तुळ वापरून ही परिस्थिती सुधारू शकता.

तुमच्याकडे एखादी साधनसामग्री आहे व तिचा उपयोग तुम्ही एकदाच केलात तरीसुद्धा ती सामग्री तुमच्याजवळ कायमची असते. उत्कृष्टतेच्या वर्तुळाची साधनसामग्री तुम्ही हवी तशी, हव्या त्या ठिकाणी, हवी तितके वेळा वापरू शकता. ती कायमची तुमच्या जवळच असते.

तुमची कृती जर लागू पडत नसेल तर कृती बदला, काहीतरी वेगळे करा.

समाजात जेव्हा अनेक दुर्बल घटक असतात, हजारो लोक असाहाय्य असतात तेव्हा 'आवश्यक असणारी सर्व साधनसामग्री लोकांकडे असतेच' हे म्हणणे कितपत योग्य होईल? प्रत्यक्षात परिस्थिती अशी असते की जेव्हा आपल्या कृतीला अपेक्षित फळे मिळत नाहीत, तेव्हा आपण बऱ्याच वेळा त्याच कृतीचा वेग आणि तिची तीव्रता वाढवतो. येथे एक लक्षात ठेवले पाहिजे की भूखंडामधे कधीच त्रुटी नसतात; असल्याच तर त्या नकाशात असतात. आपण तीच तीच कृती केली तर आपल्याला तीच तीच फळे मिळतील. आपण जर वेग वाढवला तर वेगाने फळे मिळतील. आपण जर तीव्रता वाढवली तर वाढीव तीव्रतेने पण तेच फळ मिळेल. आपल्याला जर फळ वेगळे हवे असेल तर आपली कृतीच बदलायला हवी. नेहमीच माझ्या मनाप्रमाणे का होत नाही किंवा लोकांच्या मनासारख्या गोष्टी का

होतात, ह्यासारख्या प्रश्नांचा काथ्याकुट करून काहीही साध्य होणार नाही. त्याऐवजी माझ्या कृतीची वाटचाल कोणत्या दिशेकडे आहे ह्या प्रश्नावर लक्ष केंद्रीत करायला हवे. हे शास्त्र वापरून तुम्ही तुमचे मानसिक नकाशे सुधारून यशापयशाचे गणितच बदलून टाकू शकतात.

थोडीशी उजळणी करूया.

हे शास्त्र म्हणजे यशस्वी व्यक्तींच्या आचारविचारांशी मानसिक, वैचारिक आणि भावनिक जुळवणी करण्याची प्रक्रिया होय. वैचारिक जुळवणी करायच्या शास्त्रज्ञांनी अगदी सोप्या पद्धती शोधून काढल्या. त्यांना हे शक्य झाले; कारण त्यांनी काही महत्त्वाच्या गृहितांपासून सुरुवात केली. ती गृहिते खालीलप्रमाणे आहेत.

१. भूखंडाचा नकाशा म्हणजे भूखंड नव्हे.

२. प्रत्येक अनुभवाला एक संरचना असते.

३. जर एक व्यक्ती एखादी कामगिरी करू शकते तर दुसरी कोणतीही व्यक्ती तीच कामगिरी शिकू शकते.

४. शरीर आणि मन ह्या एकाच नाण्याच्या दोन बाजू आहेत.

५. आपल्याला आवश्यक असणारी साधनसामग्री आपल्यापाशीच असते.

६. तुम्ही कधीही 'अबोला' धरू शकत नाही.

७. तुमच्या वाणीचे चातुर्य तुम्हाला मिळणाऱ्या प्रतिसादामध्ये आहे.

८. प्रत्येक वर्तनामागे दडलेला मूळ हेतू हा चांगलाच असतो.

९. लोक नेहमीच उत्तम पर्याय निवडतात.

१०. तुमची कृती जर लागू पडत नसेल तर कृती बदला. काहीतरी वेगळे करा.

आपली वैचारिक आणि भावनिक पातळी कशी निर्माण होते आणि कशी स्थिरावते हे एकदा समजले की मग ही प्रक्रिया दुसऱ्यांना शिकवणे एकदम सोपी गोष्ट आहे किंवा आपल्यापेक्षा उच्च पातळी जर आपल्याला आढळली तर ती आत्मसात करणेही सोपे जाईल. ह्या प्रकरणामध्ये तुम्ही काय शिकलात ह्यावर एक नजर टाकूया..

१. नकारात्मक अनुभव 'लांब' कसे ठेवायचे आणि सकारात्मक अनुभवांशी

'जुळवून' कसे घ्यायचे.
२. आपल्या मनातील वैचारिक चित्रांचे महत्त्व कमी किंवा जास्त कसे करावे.
३. स्वत:ला उपयुक्त ठरतील अशा दिशेलाच वैचारिक चालना कशी द्यायची.
४. सिनेमा, संगीत किंवा फोटोफ्रेम ह्यांसारख्या युक्त्या वापरून आपली नकारात्मक भावनांची तीव्रता कशी कमी करायची.
५. उत्कृष्टतेचे वर्तुळ निर्माण करून आपल्याला उपयुक्त अशी साधनसामग्री कशी गोळा करायची.

आपल्यापैकी प्रत्येकजण कधी ना कधी काही ना काही स्वप्न बघतो. हे आपल्या रक्तातच भिनलेले आहे. माणसाच्या ह्याच हव्यासापोटी जंगलातला माणूस चंद्रापर्यंत जाऊन पोहोचला. आपण स्वप्ने बघतो व ती पूर्ण करण्यासाठी धडपडत राहतो.

अरेबियातील लॉरेन्सने आपल्या डायरीत लिहून ठेवले आहे - 'आपण सर्वच स्वप्ने पाहतो; परंतु सर्वांची स्वप्नं सारखी नसतात. काही मंडळी रात्री झोपल्यावर स्वप्ने पहातात खरी; पण सकाळी उठल्यावर 'ते फक्त स्वप्नच होते' असे म्हणून सोडून देतात व काही मंडळी दिवसाढवळ्या उघड्या डोळ्यांनी स्वप्ने बघतात. ही मंडळी भेदक असतात. वास्तवाला भेदून ही मंडळी भविष्यात आपली स्वप्ने खरी करून दाखवतात.'

तुम्हाला कल्पना नसेल पण तुमचा टेलिफोन, रेडिओ, टेलिव्हिजन, कॉम्प्युटर, मोटारगाडी, रेल्वेगाडी, आधुनिक संडास, बाथरूम वगैरे वगैरे हे सर्व कोणाच्या तरी स्वप्नातून खरे झाले आहे. ह्या सगळ्या वस्तूंनी जग बदलले. कित्येकांच्या आयुष्याचे रूपच पालटून गेले. जेव्हा आपण एखादे छोटेसे स्वप्न वास्तवात उतरवतो तेव्हा आपण परिवर्तन घडवून आणत असतो. जेव्हा आपण एखादी नवीन गोष्ट निर्माण करत असतो तेव्हा चाकोरीबद्ध जीवन ढवळून निघते, जुन्या अपेक्षा उद्ध्वस्त होतात व नवीन अपेक्षा निर्माण होतात. तुम्ही स्वत:ला व स्वत:बरोबर इतरांनाही बदलून टाकता.

इतरांना आपल्या स्वप्नांशी जुळवून घ्यायला लावायचा उत्तम उपाय म्हणजे त्यांना आपल्या स्वप्नांचा एक घटक बनवून घेणे, त्यांना आपल्या स्वप्नांत सामील करून घेणे. आपल्या प्रेमाच्या माणसांना तुमच्या स्वप्नांत सामील केलेले केव्हाही आवडेल. कदाचित ते आपणहून सामील होणार नाहीत; पण जर तुमच्याबरोबर वाटचाल सुरू केली तर त्यांनाही ती तशीच शेवटपर्यंत चालू ठेवावीशी वाटेल. ह्या पुस्तकामुळे तुम्ही हे सर्व साध्य करू शकता.

४

चला, प्रेरित होऊया

माणसाला दोन गोष्टी कृती करण्यास भाग पाडतात. पहिली प्रेरणा व दुसरी नाईलाज. आपण दोन्ही समजून घेऊया.

इन्स्टंट फोटोग्राफी ज्याने शोधून काढली त्या डॉ. एडवीन लॅडचे उदाहरण घेऊ या. डॉ. लॅड हा त्याच्या मुलीच्या प्रश्नामुळे प्रेरित झाला. त्याच्या मुलीने फोटो काढल्यावर लगेच तो कॅमेऱ्यातून बाहेर का येत नाही असा प्रश्न विचारल्यानंतर तो अक्षरश: ह्या विचाराने झपाटला व त्याने तसे शास्त्र विकसित केले. त्याचप्रमाणे मायक्रोसॉफ्ट कॉम्प्युटर्सचे संस्थापक बिल गेटस् आणि पॉल ॲलन ह्यांनी वैयक्तिक कॉम्प्युटरच्या संबंधात एका स्थानिक मासिकात जाहिरात वाचली आणि भविष्यकाळ हा कॉम्प्युटरचा आहे, हा आडाखा बांधून ते प्रेरित झाले. बिलने तर त्याच्या आईला एकदा निरोप पाठवला की तो कॉम्प्युटरप्रोग्राम लिहिण्यात मग्न आहे व पुढचे सहा महिने त्याला कोणी भेटायचा प्रयत्नसुद्धा करायचा नाही. हाच प्रोग्राम पुढे MS-DOS ह्या नावाने जगभरात गाजला.

आता आपण आणखी एक प्रकार पाहूया. विहिरीत पडल्यावर नाकातोंडात पाणी जाऊ लागल्यामुळे नाईलाजास्तव हातपाय हलवले आणि उत्तमपणे पोहोता यायला लागले, असाच काहीसा प्रकार पाहूया. सफाईयंत्र *(Vaccume Cleaner)* विकणारा अँथनी रॉबिन्स तसा बऱ्यापैकी यश मिळवून होता; परंतु अचानक उद्योगधंद्यात मंदी आली आणि त्याला हातातली चांगली नोकरी गमवावी लागली. हातातला पैसा निसटून गेला. हलाखीत व गरिबीत दिवस कंठावे लागले. गरिबीचा त्याला अगदी वीट आला. बरं, दुसरी नोकारीही मिळेना. त्याचा जीव अक्षरश: गुदमरून गेला. नोकरी मिळत नाही म्हणून नाईलाजास्तव त्याने स्वत:चा उद्योग करण्यासाठी हातपाय हलवले व त्याला भरघोस यश मिळाले व पैसा मिळाला. इथे मुद्दा असा आहे की स्वत:चा उद्योग करण्यास तो उत्तेजित झाला ते यशातून मिळणाऱ्या सुखसोयीसाठी नव्हे, तर नोकरीच मिळत नव्हती म्हणून. माणूस कोणीही असो शास्त्रज्ञ असो की क्रीडापटू असो, व्यवस्थापक की मालक, प्रेरणा किंवा नाईलाज ह्या दोन गोष्टी माणसाला उत्तेजित करतात व आयुष्यात बदल घडवून आणतात.

माझ्या मनात नेहमी प्रश्न येतो, स्वत:ला उत्तेजित करणे काहींना इतके कठीण का जाते? खरे म्हणजे स्वत:ची स्वप्ने, स्वत:च्या इच्छा, आकांक्षांची पूर्तता करून घेणे हे तर स्वत:च्या आवडीचे व फायदेशीर तसेच टाळता न येण्यासारखे काम आहे. म्हणजे त्यासाठी स्वत:ला उत्तेजित करणे हे काही कठीण काम नाही आणि तरीसुद्धा बहुतेक मंडळी स्वत:ला उत्तेजित करू शकत नाहीत. यशस्वी मंडळींच्या मते त्यांच्यातील ज्वलंत उत्तेजना हेच त्यांच्या यशाचे मूळ कारण होय. सत्य परिस्थिती अशी असते की उत्तेजना म्हणजे काही जादूचा दिवा नाही की जो फक्त मोजक्या लोकांनाच मिळू शकतो, तर उत्तेजना म्हणजे फक्त एक मानसिक स्तर आहे. त्या स्तरावर आपण हवे तेव्हा जाऊन विचार करू शकतो.

जीवनात काही मोजकेच प्रसंग असे असतात की जेव्हा आपल्याला कृती करण्यासाठी उत्तेजनेची गरज असते. एरवी आपण पाहतच असतो की आपल्याला उत्तेजनेची गरजच पडत नाही. उलट बऱ्याच वेळा आपण नगण्य गोष्टींत उगाचच उत्तेजित होत असतो. एक वडा खाल्ल्यानंतर आपल्याला आणखी एक वडा खायचा असतो, आणखी थोडी भजी खायची असतात, आणखी एक चॉकलेट खायचे असते, आणखी एक आइस्क्रीम खायचे असते, आणखी एक गुलाबजाम खायचा असतो, आणखी एक सिनेमा पहायचा असतो, टीव्हीवरचा आणखी एक कार्यक्रम पाहायचा असतो, आणखी एक मद्याचा घोट घ्यायचा असतो वगैरे वगैरे. खरे म्हणजे आपल्याला अशा नगण्य गोष्टींपासून परावृत्त होण्यासाठी उत्तेजना हवी असते. ज्या गोष्टी केल्याने काहीही फायदा नाही; उलट झालेच तर नुकसानच आहे अशा गोष्टींसाठी आपण उत्तेजित असतो व ज्या गोष्टी आपल्याला फायदेशीर आहेत, त्यात नुकसान होण्याचा संभव नाही अशा गोष्टींचा आपल्याला कंटाळा येतो. दुसऱ्या शब्दात मांडायचे झाले तर असे म्हणता येईल की आपल्याला एखादी गोष्ट करण्याचा कंटाळा येतो; पण ती गोष्ट केल्यानंतरचे फायदे हवे असतात. अशा वेळेस आपल्याला उत्तेजनेची गरज भासते. आपल्याला फळ हवे असते पण त्यासाठी लागणारी प्रक्रिया नको असते. उदा. आपल्याला साफसफाई करण्याचा कंटाळा येतो पण घर स्वच्छ हवे असते. कपडे धुण्याचा कंटाळा येतो पण कपडे स्वच्छ हवे असतात. स्वयंपाक करायचा कंटाळा येतो पण जिभेचे चोचले पुरवायचे असतात. व्यायाम करायचा नसतो पण शरीर मात्र ऋत्तिक रोशनसारखे किंवा माधुरी दीक्षितसारखे हवे असते. जेव्हा तुमचे वरिष्ठ अधिकारी तुमच्या कामाच्या बाबतीत अहवाल मागतात व एक आठवड्याची मुदत देतात, तेव्हा काम सुरू करायचे म्हटले की तुमचे डोळेच मिटतात. काम तुम्हाला किचकट वाटते; पण तेच काम आठवड्याच्या आत पूर्ण झालेले हवे असते. आपल्याला कार्यरत राहण्याची प्रक्रिया नको असते; पण काम पूर्ण झाल्यानंतरचे फायदे हवे असतात. नेमकी ह्याच

ठिकाणी आपल्याला उत्तेजनेची गरज असते. हे पुस्तक ह्याच ठिकाणी उपयुक्त ठरते.

उत्तेजना कशी कार्यान्वित होत असते ?

दोन भिन्न प्रकारे लोकं स्वत:ला उत्तेजित करत असतात. एकतर लोकं सुखाच्या मागे धावत असतात, नाहीतर दु:खापासून लांब पळत असतात. आता तुम्ही म्हणाल ह्या दोघांत फरक काय आहे. वरवर पाहता हे दोन्ही प्रकार सारखेच वाटतात; पण हे अतिशय भिन्न प्रकार आहेत आणि ह्या दोन्ही प्रकाराचा आपल्या आयुष्यावर होणारा परिणामही भिन्न आहे.

तुम्ही रोज सकाळी कसे उठता ह्यामधे तुमच्या उत्तेजनेची दिशा डोकावत असते. ऐकायला कसेतरीच वाटतेय ना? मला ठाऊक आहे. म्हणूनच आपण जरा आणखी खोलात जाऊया. सकाळी घड्याळाचा गजर झाल्यावर तुम्ही काय पुटपुटता, 'अरे बापरे, झाली का सकाळ. एवढ्या लवकर का झाली काही कळत नाही. आणखी थोडा वेळ झोपूया.' असे म्हणत गजर बंद करता काय? मला माहीत आहे बहुतेकांचे उत्तर 'होय' असेच असणार.

तुम्ही जर आधुनिक काळातील घड्याळ वापरलेत तर तुम्ही पूर्ण उठेपर्यंत ते तुमचा पिच्छाच सोडणार नाही. थोड्या वेळाने पुन्हा गजर होईल. त्या वेळेस तुमचे मन तुम्हाला सांगेल. 'अरे, आता उठायची वेळ झाली.' तुम्हाला उशीर होत असल्याची चित्रे पुसटशी दिसतील. आता घाईघाईने आवरायला लागेल हे तुम्हाला जाणवेल; पण तरीही पांघरुणातील ऊब अगदी सुखद असल्यामुळे तुम्ही गजर परत बंद कराल व पुटपुटाल, 'मी आवरीन भराभर.'

थोड्याच वेळात गजर पुन्हा वाजेल. आता मात्र तुमचे मन तुम्हाला सांगेल, 'अरे माणसा, आता उठायला हवे बरे का! नाही तर खरेच उशीर होईल' आता तुमच्या डोळ्यासमोर खरोखरचा उशीर झाल्याचे चित्र उभे राहील. तुम्ही कामावर उशिरा पोहोचलात व त्याबद्दल तुम्हाला ऐकावे लागले किंवा असेच काहीतरी; पण अजूनही तुम्ही म्हणाल 'मी धावत माझी नेहमीची गाडी पकडीन' व तुम्ही गजर बंद कराल व अंगावर पांघरूण ओढून घ्याल. खरे आहे ना? उत्तर 'हो'च असणार. मला माहीत आहे.

पण थोड्याच वेळात गजर पुन्हा वाजेल आणि ह्या वेळेस तुमचे मन तुम्हाला ओरडून सांगेल, 'अरे आळशा, उठ. आता तुला उठायलाच पाहिजे' आता तुम्हाला उशीर झाल्याची जी चित्रे दिसतील ती अतिशय स्पष्ट व ठळक असतील. तुमची फरफट झाल्याची चित्रे तुमच्या डोळ्यासमोर येतील. तुम्ही एकदाचे नाईलाजाने का होईना; पण बिछान्यातून बाहेर येण्यास उत्तेजित व्हाल व गजर बंद करता करता पुटपुटाल, 'बरंबरं उठतो.' तुम्ही उत्तेजित व्हाल ते नाईलाजास्तव,

कटकटीपासून लांब पळण्यासाठी.

आता दुसरी पद्धत पाहूया. समजा, तुम्ही सुट्टी घेऊन सहलीला गेला आहात. निसर्गरम्य ठिकाणी राहत आहात. रोजची चाकोरी अजिबात नाही. नुसती मौजमजा करायची आहे. अशा ठिकाणी सकाळी रोजच्यापेक्षा लौकरच तुम्हाला जाग येते. तुम्ही विचार करता, 'चला, सकाळ झाली. आज कशी धमाल करायची' मौजमजेची चित्रे स्पष्टपणे तुमच्या डोळ्यासमोर येतील. तुम्ही बिछान्यातून बाहेर येण्यासाठी उत्तेजित व्हाल. तुमच्यापुढे एकच विचार असतो, आज कशी मजा करायची. बिछान्यातून बाहेर यायचं की नाही हा प्रश्नच नसेल. प्रश्न असेल आज काय करायचं.

अगदी ह्याप्रमाणेच तुम्ही कधीतरी तुमच्या ध्येयाचा ध्यास घेऊन उठला असाल. अशा वेळेस जाग आल्याबरोबर एकच प्रश्न तुमच्या डोक्यात घुमला असेल, 'आज कोणत्या क्रमवारीने काम करायचे?' तुम्ही तुमच्या ध्येयाकडे जात असल्याची चित्रेसुद्धा तुम्ही पाहिली असतील. ह्या प्रकारामध्ये तुम्ही उत्तेजित झालात ते ध्येयाकडे जाण्याकरिता.

ह्या दोन प्रकारच्या उत्तेजना भिन्न प्रकारे काम करतात आणि भिन्न प्रकारचे परिणाम घडवून आणतात. ह्या प्रकारांना आपल्याला 'उत्तेजनेची दिशा' असे म्हणता येईल. ही दिशा एकतर 'ध्येयाकडे' जाणारी असते किंवा नको असणाऱ्या 'कटकटीपासून' लांब पळणारी असते. खरे म्हणजे उत्तेजनेची दिशा म्हणजे दुसरेतिसरे काहीही नसून फक्त एक प्रकारचा मानसिक स्तर आहे; परंतु हा मानसिक स्तर संपूर्ण आयुष्यावर परिणाम करून जाणारा आहे. शारीरिक स्तरावर आपल्यापैकी प्रत्येकाने ह्या दोन दिशा अनुभवलेल्या असतात. आपण सर्वच शारीरिक त्रास व कटकटींपासून

लांब पळत असतो व शारीरिक सुखसोयीकडे उत्तेजित होत असतो. ह्या ठिकाणी आपण हे समजून घेतले पाहिजे की उत्तेजनेचे हे दोन भिन्न प्रकार आहेत व वेगवेगळ्या परिस्थितीत हे दोन्ही प्रकार उपयुक्त आहेत. काहीही म्हटले तरी धोकादायक जागांपासून, शारीरिक इजा करणाऱ्या कृतींपासून आणि नकारात्मक विचारांपासून लांब पळणेच उचित ठरते. तसेच ह्या जगात अनेक नयनरम्य ठिकाणांकडे, आधार देणाऱ्या चांगल्या माणसाकडे आणि सकारात्मक विचारांकडे जाणेच सोयीस्कर ठरते. आपण हे दोन्ही प्रकार व्यवस्थितपणे उपयोगात आणत असतो; परंतु आश्चर्याची गोष्ट अशी की कालांतराने आपण कोणत्यातरी एका दिशेवर स्थिरावतो. त्यानंतर आपल्याला असे लक्षात येईल की आपण एकतर यशाकडे, फायद्याकडे, ध्येयाकडे, सुखसोयींकडे खेचले जात असतो, नाहीतर तोट्यापासून, त्रासापासून, अपयशापासून, कटकटींपासून लांब पळत असतो.

याचा अर्थ असा की वैविध्यपूर्ण आयुष्य जगताना आपली उत्तेजनेची दिशा एकच असते. निर्णय घेण्याची विचारधारा एकच असते. एकदा का कटकटीपासून लांब पळण्याच्या पद्धतीवर आपण स्थिरावलो की मग आपल्याला असे लक्षात येईल, की आयुष्यातील बहुतेक प्रत्येक निर्णय, प्रत्येक कृती अगदी नाईलाज झाल्याशिवाय घडत नाही. अशा व्यक्तींना त्या गोष्टीतील फायदे दाखविले तर ते कृती करायला तेवढेसे उत्सुक नसतात; पण त्या ठिकाणी जर काही तोटे असतील तर ते त्या तोट्यांपासून लांब जाण्यास एका पायावर उभे असतात. तोटे जितके तीव्र तितकी ह्या मंडळींची कृती जलद. थोडक्यात नाईलाज झाल्याशिवाय एकही काम या लोकांकडून होत नाही. उदा. सकाळी गजर झाल्याबरोबर लगेच उठणे आणि ह्या गोष्टीतले फायदे सांगितले तर त्याकडे कानाडोळा केला जाईल; पण जेव्हा त्यातील तोटे स्पष्ट आणि तीव्र होतील तेव्हा मात्र चटकन ही व्यक्ती बिछान्यातून बाहेर येईल. रोज व्यायाम करण्याचे अनेक फायदे ही व्यक्ती एका कानाने ऐकून दुसऱ्या कानाने खुशाल सोडून देईल; पण डॉक्टरने जर तंबी दिली तर लगेच व्यायाम सुरू होईल. कामाच्या घाईगर्दीमुळे जेव्हा जीव नकोसा होईल तेव्हा अचानकपणे ही व्यक्ती रजा घेऊन मनोरंजनासाठी निघून जाईल; पण एरवी अशा रजेचे कितीही फायदे सांगितले तरी त्याकडे संपूर्ण दुर्लक्ष करून रजेचे नियोजन करणार नाही. ही व्यक्ती त्रास न देणारे मित्र जोडेल. जोपर्यंत वर्तमान परिस्थितीचा वीट येत नाही, त्यात जीव गुदमरून जात नाही, त्याचे तोटे स्पष्ट होत नाहीत, तोटे तीव्र होत नाहीत, तोपर्यंत जीवनात धडपडही करणार नाही.

दुसऱ्या प्रकारची दिशा म्हणजे 'ध्येयाकडे' नेणारी. आयुष्यात जे काही हवे त्याकडे जाणारी, सुखाकडे वाटचाल करणारी, यशाकडे जाणारी, उदा. जी व्यक्ती आपल्या सुखासाठी धडपड करीत असते, जिला स्वत:च्या सुखासाठी, ध्येयासाठी,

सकाळी उठून काहीतरी अभूतपूर्व करायचे असते, ती व्यक्ती सकाळी जाग आल्याबरोबर एक क्षणही बिछान्यात लोळत पडून राहू शकत नाही. ह्या व्यक्तीच्या डोक्यात विचार असतील, 'चला, बरे झाले सकाळ झाली. आज कुठून सुरुवात करायची?' ही व्यक्ती स्वत:च्या मनोरंजनाची व्यवस्था करून ठेवेल. त्यासाठी रजेचे नियोजन करेल; परंतु हे काम नाईलाजास्तव केले जाणार नाही तर महत्त्वाचे आहे म्हणून करेल. मित्र जोडताना वेगवेगळे मतप्रवाह एकत्र येतील ह्याचा विचार केला जाईल. ही व्यक्ती वैचारिक द्वंद्वाला सामोरी जाईल. स्वत:च्या व्यवसायातसुद्धा सुरुवातीपासूनच ध्येये घेऊन उतरायची सवय ह्या व्यक्तीला असेल. स्वत:ला हव्या असणाऱ्या उद्दिष्टांकडे सरकण्याची सवय ह्या व्यक्तीला असेल.

उत्तेजनेच्या ह्या दोन्ही प्रकाराची जर आपण तुलना केली तर 'उद्दिष्टांकडे' जाणारा प्रकार चटकन नजरेत भरतो. जी लोकं त्यांना हव्या असलेल्या ध्येयाकडे जाण्यास उत्तेजित असतात, ती लगेच म्हणतील, 'ह्या प्रकारे उत्तेजित असणेच बरोबर आहे. आपल्याला जे हवे आहे त्यासाठी आयुष्य वेचले नाही तर मग माणसाच्या जन्माला कशाला यायचे!' परंतु आता असा विचार करा की जेव्हा खोलीचे तापमान न मानवण्याइतके कमी किंवा जास्त होते तेव्हाच आपण त्याविषयी काहीतरी करतो. जेव्हा आपल्याविषयी कोणी विकृतपणे काही बोलले तर लगेच आपण त्याविषयी काहीतरी करतो. हे प्रकार कटकटीपासून लांब पळणाऱ्या प्रकारात मोडतात व अत्यंत उपयुक्त ठरतात. भूतकाळात गरिबीचे चटके बसले व ते चांगलेच स्मरणात राहिल्यानेसुद्धा तुम्ही उर्वरीत आयुष्यात श्रीमंत होऊ शकता. आयुष्यात काहीतरी मिळवण्याकरता भूतकाळातील कटू अनुभव तुम्हाला उत्तेजित करीत असतील, तर तुम्ही त्यापासून लांब पळण्याच्या प्रकाराचा अगदी समर्पक असा उपयोग करून घेतला असे म्हणता येईल.

आता दोन्ही प्रकारांवर जर नजर फिरवली तर 'उद्दिष्टांकडे' जाणाऱ्या प्रकाराचे फायदे ठळकपणे दिसतात. समाजात असल्या व्यक्तींना मानाचे स्थान असते. आपण जर नोकरभरतीच्या जाहिराती वाचल्यात तर तेथेसुद्धा उत्तेजित, महत्त्वाकांक्षी, सकारात्मक वगैरे वगैरे शब्दप्रयोग आढळतात. म्हणजेच आपल्या 'ध्येयाकडे' जाणारी लोकं हवी असतात; परंतु ह्या दोन्ही प्रकाराचे फायदेतोटे पाहिलेत तर असे दिसते की 'उद्दिष्टांकडे' जाणारे लोक ध्येयवादी *(Goal Oriented)* असतात, तर 'कटकटीपासून' लांब पळणारी मंडळी समस्या सोडवणारी *(Problem Solver)* असतात.

उत्तेजनेच्या भिन्न प्रकाराचे परिणाम :

दोन्ही प्रकाराचे फायदे आणि तोटेही आहेत. दोन्ही प्रकारामध्ये टोकाची भूमिका

दिसते तसेच समंजसपणाही दिसतो. आता असे पहा, जी मंडळी 'ध्येयाकडे' जाणारी असतात, ती कधीकधी आपल्या ध्येयामुळे इतकी पछाडलेली असतात की पुढे आपल्याला कोणत्या समस्यांना तोंड द्यायला लागेल, ह्याचा विचारही त्यांच्या मनात येत नाही किंवा आपल्या ध्येयाकडे वाटचाल सुरू करण्याआधी आपल्याला कोणत्या गोष्टींची पूर्वतयारी करावी लागेल, ह्याचा विचारही न करता ते अक्षरश: धावत सुटतात. मग अनेक अडचणींना तोंड देता देता त्यांची पुरती दमछाक होते. काही लोकांना अडचणींच्यापुढे हात टेकायची वेळ येते. ह्यातून जे पार होतात, त्यांना टाकीचे घाव सोसल्याशिवाय देवपण येत नाही ह्या म्हणीची प्रचीती येते. तसेच काही समस्या सोडवण्यापेक्षा लांब ठेवणेच सोयीस्कर असते, असा साक्षात्कारही अनुभवायला मिळतो.

त्याचप्रमाणे जी मंडळी 'कटकटींपासून' दूर पळणारी असतात, ती ह्याच विचाराने इतकी पछाडलेली असतात की एखाद्या समस्येने भेडसावल्याशिवाय ते काहीही करायला तयारच नसतात आणि एकदा समस्या उद्‌भवली की त्यांचे प्रयत्न एकदम वेग घेतात. मग कशापासून दूर जात आहोत ह्याचेसुद्धा भान राहत नाही. अशा वेळेस आगीतून सुटून फोफाट्यात जाण्याची शक्यता फार असते. एक छोटी समस्या सोडविण्याकरता उलट मोठ्या समस्येला आमत्रंण देण्याचीच शक्यता जास्त असते किंवा एक समस्या सोडविण्याकरता दहा समस्या ओढवून घेण्याची शक्यता असते. थोडक्यात म्हणजे, आपण कुठे चाललो आहोत ह्याकडे लक्ष देण्यापेक्षा आपण कुठे होतो ह्याकडेच त्यांची ऊर्जा एकवटलेली असते. ही मंडळी आपापल्या समस्येविषयी इतकी अस्वस्थ असतात की त्यांना सतत भीतीसुद्धा वाटत असते. त्यामुळे त्यांच्याकडून कधीकधी सहनशक्तीपलीकडचे कष्ट होत असतात. समस्या त्यांना कृती करण्यास भाग पाडत असते. त्यामुळे जसजसे ते समस्येपासून लांब जातात तसतशी त्यांची प्रेरणा कमी होते. समुद्राला ज्याप्रमाणे भरती आणि ओहोटी येते त्याचप्रमाणे समस्या भेडसावल्याबरोबर ह्यांच्या उत्तेजनेला भरती येते व ती लांब गेल्याबरोबर उत्तेजनेला ओहोटी लागते. आणखी एक मुद्दा असा की 'कटकटींपासून' लांब पळणारी मंडळी सतत चिंताग्रस्त आणि तणावग्रस्त असतात. त्यांच्या उत्तेजनेचा स्रोत हा समस्येच्या चिंतेतून आणि त्यातून होणाऱ्या तणावातून असतो. हातून कृती घडण्याआधी जर चिंता आणि तणाव मर्यादेबाहेर गेला तर त्यांच्या प्रकृतीवर विपरीत परिणाम होऊ शकतो. काही व्यवसायामध्ये तणावग्रस्त परिस्थितीत काम उरकणे हे पुरुषार्थाचं लक्षण मानले जाते, हे खरे आहे; परंतु तेच निर्णय किंवा तोच उरका कमी तणावातसुद्धा करता येतो. कृती घडण्याआधी तणाव शरीरात साठवून ठेवणे म्हणजे रक्तदाब किंवा डोकेदुखींसारख्या व्याधींना आमंत्रण देणे आहे.

हे सगळे वाचून झाल्यावर तुम्ही स्वत:शीच विचार कराल की तुमची उत्तेजनेची दिशा कुणीकडे आहे आणि ती कुणीकडे असायला पाहिजे. ती दिशा कुणीकडेही असू द्या- 'ध्येयाकडे' जाणारी असू द्या नाहीतर 'कटकटींपासून' पळणारीही असू द्या, दोन्ही प्रकारे यश पदरात पाडून घेता येईल; परंतु तुमच्या विचारसरणीमध्ये दोन्ही दिशांचा अर्क ठेवलात तर दोन्हीचे तोटे बाजूला काढून आपला फायदा करून घेता येईल.

आपल्या जीवनात ह्याचा वापर कसा करता येईल :

जीवनात आपल्याला काही प्रसंगात कृती करण्यासाठी उत्तेजना हवी असते. स्वत:ला उत्तेजित करण्यासाठी 'कटकटीपासून' किंवा 'उद्दिष्टांकडे' ह्या दोन्ही मार्गांचा अवलंब करता येईल; कारण हे दोन्ही महत्त्वाचे आहेत. आपण याआधी पाहिलेच आहे की शारीरिक स्तरावर आपण सर्वच 'कष्टापासून' लांब पळत असतो, तर 'सुखाकडे' सरकत असतो. त्याचप्रमाणे आपण वैचारिक स्तरावर एकतर मूल्यांपासून लांब पळत असतो किंवा 'मूल्यांकडे' सरकत असतो. जीवनात मूल्ये ही अतिशय महत्त्वाची असतात. ही मूल्येच आपल्याला कृती करायला भाग पाडतात. येथे महत्त्वाचा मुद्दा असा आहे की जेव्हा मूल्यांची व आपली ताटातूट होते तेव्हा आपल्या प्रेरणेलासुद्धा ओहोटी लागते. अशा माणसाच्या वर्तनाला धरबंध राहत नाही, सातत्य राहत नाही व यश मिळणे तर नुसतेच कठीण होत नाही तर जवळजवळ अशक्यच होते. जेव्हा मूल्यांची जपणूक होते तेव्हा ज्वलंत उत्तेजना निर्माण होते. ज्वलंत उत्तेजना ज्याच्यापाशी आहे अशा व्यक्तीला यश मिळवणे म्हणजे अगदी सहज सोपी गोष्ट होऊन बसते.

जीवनमूल्यांना जपले नाही म्हणून प्रेरणाहीन झालेली अनेक उदाहरणे आपल्याला समाजात पहायला मिळतात. अशी माणसे तास न् तास टेलिव्हिजनसमोर बसून राहतात व कोणत्यातरी वाहिनीवर करमणूक होईल, ह्या आशेवर रिमोटकंट्रोलने वाहिन्या बदलत राहतात. मग वेळ कसा गेला व कुठे गेला हे त्यांच्या लक्षातही येत नाही. करमणूक तर झालेलीच नसते म्हणून 'मधुशाळेत' जाऊन बसतात. तेथेही करमणूक होत नाही. मग आणखी काहीतरी. असा त्यांचा वेळ क्षुल्लक गोष्टींत वाया जातो. मग यश कसे मिळणार? जे कोणी क्षुल्लक गोष्टींत जास्त वेळ घालवतात त्यांची जीवनमूल्ये भरकटलेली आढळतात.

आपल्या समाजातील वयोवृद्ध मंडळींना जीवनमूल्यांचे महत्त्व विचारा. ज्या व्यक्तीने आयुष्यभर जीवनमूल्यांसारख्या गोष्टींना थारा दिला नाही, अशांना त्यांच्या उतारवयात विचारा. ती व्यक्ती असे कधीही म्हणताना आढळणार नाही की 'टीव्हीचे काही कार्यक्रम बघायचे राहिले. मी अजून थोडा वेळ टीव्ही पाहायला हवा होता.'

किंवा 'मी आणखी काही तास नुसतं काळजी करत बसायला हवे होते.' किंवा 'मला आणखी थोडा राग यायला पाहिजे होता.' उलट ती व्यक्ती हे सर्व केल्याबद्दल पश्चात्तापाने भरलेली दिसेल. जीवनात क्षुल्लक गोष्टींना थारा दिला तर त्या क्षणी त्याचे काही वाटत नाही, उलट मजाच वाटते; पण उतारवयात फक्त पश्चात्तापच होतो. आपण बऱ्याच वेळा महत्त्वाच्या गोष्टींना म्हणजेच आपल्या जीवनमूल्यांना ओळखत नाही, त्यांना हृदयाशी कवटाळत नाही, त्यावर कार्यवाही करत नाही आणि क्षुल्लक गोष्टींवर वेळ घालवतो; परंतु 'पुढच्यास ठेच व मागचा शहाणा' ह्या म्हणीप्रमाणे आपण आपली मूल्ये आजच ओळखून त्यांची जपणूक आजपासून करायला काहीच हरकत नाही.

आता तुम्ही विचाराल, 'माझी मूल्यं जरी मी ओळखली तरी मला त्याची जपणूक करता येईल काय?' तेव्हा ह्या शास्त्रातील गृहिते आठवा. एका गृहितांमध्ये म्हटले आहे जर एखादी व्यक्ती एक कामगिरी करू शकते तर दुसरी कोणतीही व्यक्ती तीच कामगिरी शिकू शकते. आता मी तुम्हाला प्रश्न विचारतो, 'ह्या जगात स्वत:ची मूल्ये जीवनापलीकडे जपणारी माणसे आहेत काय?'

'अर्थातच आहेत.' तर मग सोपी गोष्ट आहे. त्या व्यक्तींकडून त्यांचे गुपित शोधून काढायचे व त्याची नक्कल करायची. ह्या शास्त्रातील युक्त्या वापरून तुम्ही आता हे करणार आहात. तुम्ही तुमच्या अतिमहत्त्वाच्या गोष्टींच्या अतिशय जवळ जाऊन पोहोचणार आहात. एकदा तुम्ही हे केलेत की मग तुमची वागणूक, तुमचे वर्तन आपोआपच त्याला अनुसरून असेल. अशा रीतीने तुम्ही तुमच्या महत्त्वाच्या गोष्टींना जास्त वेळ द्याल.

आता सर्वप्रथम कागदपेन्सिल घ्या बरे आणि खालील प्रश्न स्वत:ला विचारा आणि त्याची उत्तरे लिहून काढा-

माझ्या जीवनाचे उद्दीष्ट काय आहे?

मला सगळ्यात महत्त्वाचे काय वाटते?

व्यावसायिक कारकीर्द, ऐशोआराम, छानछोकी, नवीन व्यवसाय, नवीन गाड्या, बंगला, नोकरचाकर, सामाजिक प्रतिष्ठा, नातेसंबंध, कुटुंब वगैरे वगैरे अशांसारखी काहीही उत्तरे असतील. जी काही असतील त्यासंबंधी विचार मनात आणा व सर्व काही टिपून ठेवा. एखादे वेळेस काही उत्तरे तुमची तुम्हालाच अपुरी किंवा अस्पष्ट किंवा अतिशयोक्तीची वाटतील, काहीही हरकत नाही. फक्त टिपून ठेवा म्हणजे झाले. एकदा का सगळे विचार टिपून ठेवले की मग तुम्ही स्वत:ला खालील तीन प्रश्न विचारा.

माझी उद्दिष्टे मला महत्त्वाची का वाटतात?

ह्या उद्दिष्टांमध्ये जिवापाड जपण्यासारखे काय आहे?

माझ्या उद्दिष्टांमध्ये जीवनाचा कोणता अर्थ परावर्तित होतो?

स्वतंत्र्य, स्थैर्य, आव्हान, समाजकल्याण असे शब्द उत्तरादाखल मनाला स्पर्श करून जातील. काहींच्या मनात तर पुढील विचार येतील, 'जे सर्वांना अशक्य वाटते ते मी करून दाखवणार. काहीतरी नवीन निर्माण करायचे आहे.', 'अज्ञानाचा अंध:कार दूर करायचा आहे.', 'माझंच बरोबर आहे हे मला सिद्ध करायचंय', 'जग सुंदर करायचं आहे', हे जे शब्द आहेत ते तुमच्या मनाची सुंदरता किंवा कुरूपता दाखवतात. तुम्ही सगळ्यात जास्त कशाला महत्त्व देता हे दर्शवतात. तुमची मूल्ये काय आहेत हेच सांगतात. जर का आपण ही मूल्ये पूर्णत्वाला नेली नाहीत तर मनाला खंत वाटत राहील आणि बाहेरून दिसणारे यश जरी मिळाले तरीही अंतर्मनाला जीवन नीरस वाटते. आपली मूल्ये आपल्याला आयुष्याचे रसग्रहण करायला शिकवतात. आपल्या सर्व इच्छा, आकांक्षा, स्वप्ने, उद्दिष्टे, ध्येये म्हणजे फक्त मूल्ये पूर्णत्वाला नेण्यासाठी लागणारी हत्यारे आहेत. तुम्ही जर तुमच्या कुटुंबासाठी नवीन घराचे स्वप्न पाहत असाल तर नक्कीच त्या स्वप्नामागे काहीतरी अतिमहत्त्वाचे मूल्य दडलेले आहे हे निश्चित. सामाजिक प्रतिष्ठा असू शकेल. कुटुंबातील व्यक्तींना लागणारे मानसिक स्वातंत्र्य असू शकेल किंवा स्वत:ची ऐपतसुद्धा असू शकेल. तुमचे मूल्य काहीही असो; परंतु निर्णायक परिस्थितीमध्ये किंवा अटीतटीच्या प्रसंगी तुमची हीच मूल्ये तुमच्यासमोर पिंगा घालतील व निर्णय घ्यायला लावतील. मग तो निर्णय नवीन गाडी घेण्याचा असो की नवीन नोकरीसंबंधी असो की घटस्फोटासंबंधी असो. आपण आपली मूल्ये तराजुसारखी वापरत असतो. आपले निर्णय किती रास्त आहेत, आपली कृती किती रास्त आहे, आपले ध्येय किती रास्त आहे, हे मोजण्यासाठी लागणारा तराजू म्हणजे आपली मूल्ये होय.

आपल्या मूल्यांची छाया आपल्या उत्तेजनेवर पडलेली असते. आपली मूल्ये जितकी ठाम तितकी उत्तेजना बळकट व मूल्ये जितकी उथळ तितकी उत्तेजना मरगळलेली असते. जेव्हा तुम्ही एखाद्या अनुभवाचा विचार करता तेव्हा आपल्या पाच इंद्रियांपैकी एकतरी वापरता; परंतु त्याच अनुभवाला पाचही इंद्रिये वापरलीत तर तो अनुभव अगदी खऱ्यासारखा वाटतो. त्यामुळे उत्तेजित करणारा असू शकतो. उत्तेजित झाल्यानंतर आपली कृती अगदी ठाम असू शकते.

आपण हे उदाहरणासहित पाहूया. आता तुमच्या डोळ्यासमोर तुम्ही एक छानपैकी लिंबू आणा. त्याला नीट न्याहाळा. हे करताना तुम्ही फक्त एकाच इंद्रियाचा वापर केलात. आता हाच अनुभव बाकीची इंद्रियेसुद्धा वापरून पुन्हा पाहूया तुमच्यात काही फरक पडतो का. चला, परत लिंबू डोळ्यासमोर आणा. त्याचे नीट निरीक्षण करा. त्यांना रंग तपासा. आता त्याला मनातल्या मनात स्पर्श करून पहा. त्याचा स्पर्श कसा वाटतो ते तपासा. आता हळूच ते लिंबू नाकाजवळ

न्या व त्याचा गंध घ्या. आता एका हातात सुरी घ्या व त्या लिंबाच्या सातआठ फोडी करा. सुरी लिंबात शिरताना आवाज कसा येतो ते ऐका. लिंबू कापताना त्यातील रस तुमच्या हातावर ओघळतो आहे हे पहा. आता त्यातील एक फोड तुम्ही उचलली आहे, असे चित्र डोळ्यासमोर आणा. ती फोड तुम्ही हळूहळू तुमच्या जिभेवर पिळता आहात. जिभेवर लिंबाच्या रसाचे थेंब पडताहेत असे चित्र डोळ्यासमोर आणा व त्याची चव कशी वाटते हे तपासा... काय वाटतेय तुम्हाला? तोंडाला पाणी सुटलेय? बहुतेकांचे उत्तर 'होय' असेच असणार. पहिल्या अनुभवात फक्त आपण मन:चक्षुचा वापर केला होता; पण नंतरच्या अनुभवात आपली पाचही इंद्रिये वापरली गेली व अनुभव खरा वाटला व बहुतेकांच्या तोंडाला पाणी सुटले असेल.

एखाद्या घटनेला आपला प्रतिसाद उत्तेजित आहे की मरगळलेला आहे हे आपण ज्याप्रकारे त्या घटनेविषयी विचार करतो त्यावर अवलंबून आहे. आपल्या जीवनात कित्येक वेळा प्रसंग हाताळताना आपला प्रतिसाद आत्मविश्वासपूर्वक लागतो. आत्मविश्वासाला उत्तेजना लागते, प्रेरणा लागते. तर मग चला, हे ज्ञान आपण आपल्या आयुष्यात कसे वापरता येईल ह्याविषयी एक प्रयोग करून पाहूया.

प्रयोग क्र. : ४. कृती करण्यास भाग पाडायला लावणारी घटना शोधूया.

ह्या प्रयोगाच्या आधारे, आपण आपली उत्तेजना कशी वाढवितो व कमी करतो हे शिकायला मिळेल. मग हीच युक्ती वापरून तुम्ही तुमची उत्तेजना द्विगुणीत करू शकता. त्यामुळे तुम्ही हा प्रयोग मन:पूर्वक करणे आवश्यक आहे.

१. प्रज्वलित उत्तेजनेचा एखादा अनुभव : सर्वप्रथम तुम्हाला ज्याचा मोह आवरता येणार नाही असे एखादे आवडणारे काम आठवा. काम असे असायला हवे की त्यावर तुम्ही लगेच तुटून पडणारच. ते शरीराला कष्टदायक आहे; परंतु ते पूर्णत्वाला गेल्यानंतरचे समाधान अमर्याद आहे. म्हणूनच तुम्ही त्यावर तुटून पडता. येथे मुद्दा असा आहे की ते काम तुम्हाला इतके मोहात पाडते की तुम्ही ते केल्यावाचून राहणार नाही. आता त्या कामाकडे चित्रपटदिग्दर्शकाच्या नजरेतून पहा. कॅमेरा, लाईट वगैरे संपूर्ण थाट तयार आहे. तुम्ही दिग्दर्शक आहात. कॅमेऱ्याच्या शेजारीच दिग्दर्शकाची खुर्ची आहे. तुम्ही त्यामध्ये बसला आहात व तुमच्या आवडीच्या कामाचा प्रसंग कॅमेराच्या समोर घडत आहे व तो चित्रित होत आहे. गंमत म्हणजे तुम्ही स्वत:च्या त्या प्रसंगात तुमच्या आवडीचे काम करीत आहात. आता त्या प्रसंगातील बारकावे तुम्ही दिग्दर्शकाच्या नजरेतून पहा. तुम्ही

पुढे सरसावून आनंदाने ते काम करीत आहात. चेहेऱ्यावरील हावभाव, कृती करताना तुमचा उत्साह, तुमचा पोषाख, त्याची रंगसंगती सगळे काही अगदी बारकाईने न्याहाळा. तो प्रसंग पूर्ण झाल्यानंतर थोडा वेळ त्याविषयी काहीही विचार करू नका. दुसऱ्या कोणत्यातरी विषयावर विचार करा.

२. **स्वत:ला अलग करा :** दीर्घश्वसन करा. आजुबाजूला पहा.

३. **आता एखाद्या वस्तूचा विचार करा :** ज्या वस्तूचा तुमच्या भावनांशी काहीही संबंध नाही, अशा वस्तूंचा विचार करा. म्हणजे एखादा चहाचा कप, चमचा, कागद, वही, पेन्सिल, शब्दकोश वगैरे काहीही निवडा. आता मन:चक्षुसमोर ती गोष्ट आणा. तिच्याकडे नीट पहा. दिग्दर्शकाच्या नजरेतून पहा. जणू काही सिनेमाचा सेट लागलेला आहे. तुम्ही त्या वस्तूकडे पहात आहात. अतिशय तपशिलात जाऊन त्या वस्तूकडे पहा.

४. **स्वत:ला अलग करा :** परत एकदा हे विचार बाजूला ठेवा. स्वत:ला अलग करा. दीर्घश्वसन करा. आजुबाजूला पहा.

५. **तुलना करा :** आता दोन्ही अनुभवांची तुलना करा. एक अनुभव 'आवडता' होता व एक अनुभव 'तटस्थ' होता. आपल्या मेंदूकडे तुलना करण्याची शक्ती आहे. ह्या ठिकाणी तुलना करणे आवश्यक आहे. ह्या दोन्ही अनुभवांची तुलना केलीत तर खालील प्रकारचा अनुभव बऱ्याच लोकांना येतो. पहा, तुमचा अनुभव काय आहे.

'आवडत्या' घटनेचा अनुभव लख्ख प्रकाशामध्ये दिसला तर दुसऱ्या अनुभवामध्ये सर्वकाही अंधुक होते.

'आवडत्या' घटनेतील चित्रांचा आकार मोठा होता तर दुसऱ्या प्रसंगात चित्रे छोटी होती.

'आवडता' अनुभव अतिशय जवळ घडत होता तर दुसरी घटना लांब घडत होती.

'आवडती' घटना समोर घडत होती तर दुसरी घटना कुठेतरी घडत होती.

'आवडता' प्रसंग आवाजासहित होता तर दुसरा प्रसंग आवाजरहित शांत होता आणि पहिल्या प्रसंगातील आवाज उत्तेजित करणारे होते.

तुम्हाला जे काही फरक जाणवतील त्याची नोंद करा. मेंदूला मिळणाऱ्या ह्याच सूचनांद्वारे 'आवडत्या' व 'नावडत्या' घटनांची विभागणी होते व त्याप्रमाणे मेंदू आपल्याला उत्तेजित करीत असतो. उत्तेजना वाढविण्याची हीच तर गुरूकिल्ली आहे.

चला, आता कार्यपद्धती शोधूया.

वरील प्रयोगात तुम्ही जी नोंद केलेली असेल त्या सूचीवर परत एकदा नजर टाका. उत्तेजना वाढविण्यासाठी कोणती कार्यपद्धती वापरायची हे त्या यादीमध्येच दडलेले असेल. म्हणजेच त्या यादीमध्ये आवाज असतील, चित्रे असतील, शब्द असतील किंवा भावना असतील किंवा चव दडलेली असेल. दृष्टीविषयक कार्यपद्धती वापरायची असेल तर चित्र फोटोसारखे वापरू शकतो किंवा चलचित्र वापरू शकतो. तसेच त्यात रंग भरू शकतो किंवा कृष्णधवलही ठेवू शकतो. श्रवणेंद्रियांची कार्यपद्धती वापरायची असेल तर आवाज आणि शब्द उपयोगात येतील. उत्तेजनेसाठी आवाज कर्कश्श ठेवायचा की कर्णमधुर ठेवायचा हे कार्यपद्धतीमध्ये ठरवता येईल. त्याचप्रमाणे भावना ह्या संपूर्ण शरीरावर ठसा उमटवून जातात. भावनांची तीव्रता, स्थान, तापमान कमीअधिक करून उपयुक्तता वृद्धिंगत करता येईल. तसेच चव आणि गंध ह्यासारख्या कार्यपद्धतीचासुद्धा वेगवेगळ्या प्रकारे उत्तेजनेसाठी वापर करता येतो; परंतु बहुतेकांना उपयुक्त ठरणाऱ्या कार्यपद्धतीमध्ये चलचित्रे वापरली जातात. ती सर्वसाधारणपणे आकाराने मोठी असतात, रंगीत असतात, आवाज कर्णमधुर असतात, भावना उद्दिपित करणाऱ्या असतात.

वरील प्रयोगात तुम्ही जी यादी केलेली आहे त्यावर जरा तपशीलात जाऊन नजर टाकलीत तर तुम्हाला समजेल की 'आवडता' आणि 'नावडता' ह्यामधे फरक करण्यासाठी तुमचा मेंदू अगदी हीच कार्यपद्धती अवलंबितो. नेमकी हीच कार्यपद्धती वापरून महत्त्वाच्या कार्यासाठी आपण आपली उत्तेजना उच्च पातळीवर नेऊ शकतो. विशेषत: आपली मूल्ये कृतीत उतरवण्यासाठी ह्याचा आपल्याला उपयोग होईल. बऱ्याच वेळा 'कळतं पण वळत नाही' अशी आपली स्थिती असते. म्हणजे आपल्याला एखाद्या गोष्टीचे महत्त्व माहीत असते; पण आपली कृती त्याच्या अगदी विरुद्ध असते. ह्याचे कारण असे की आपल्याला आपली उत्तेजना महत्त्वाच्या गोष्टींकडे कशी वळवायची हेच माहीत नसते.

एका मुलीने हे शास्त्र कसे वापरले ते आपण पाहूया. ह्या मुलीला खाण्याच्या बाबतीत जिभेवर ताबा ठेवणे अजिबात जमत नव्हते. जे खाऊ नये तेच ती खात होती व जे पदार्थ तिने खायला पाहिजेत ते पदार्थ ती खात नव्हती. तिने हे शास्त्र वापरायचे ठरविले व तिची सवय चटदिशी बदलली. ह्या मुलीने आपल्या मन:चक्षुसमोर जिभेला आवरता न येणारे सगळे खाद्यपदार्थ आणले. ते कसे दिसतात ते पाहिले. तिला सगळे गोड व तळलेले पदार्थ आवडत होते. त्या सगळ्या पदार्थांची चित्रे मन:चक्षुसमोर रंगीत होती. चलचित्राच्या स्वरूपात होती. आकाराने मोठी होती, त्याचा सुगंध जाणवत होता. त्याचप्रमाणे जेवणाच्या थाळीमधील इतर पौष्टिक

पदार्थ म्हणजे फळे, भाज्या, डाळ, पोळी, वगैरे वगैरे हे आकाराने लहान होते, त्यात रंग नव्हते.

तिने सर्वप्रथम आरोग्यासंबंधी काही ध्येये ठरवली; कारण तिला त्याचे महत्त्व पूर्णपणे समजले होते. ही ध्येये पूर्णत्वाला नेण्याकरता तिला तिच्या आहाराच्या सवयी बदलणे आवश्यक होते. तिने तिच्या मन:चक्षुसमोरील चित्रांची अदलाबदल केली. पौष्टिक पदार्थ मोठे केले, रंगीत केले, चलचित्रांच्या स्वरूपात केले व तळलेले पदार्थ छोटे केले, त्यातील रंग काढून टाकले व तिच्या खाण्याच्या सवयी बदलल्या.

आपल्याला ज्या गोष्टी महत्त्वाच्या वाटतात त्याविषयी आपली उत्तेजना टिकून राहण्यासाठी ह्या शास्त्राचा उत्तम उपयोग करून घेता येईल. मग जीवनाच्या उत्तरार्धात पश्चात्ताप करत बसण्याची वेळ आपल्यावर येणार नाही; कारण आपल्याला ज्या गोष्टी महत्त्वाच्या वाटतात त्यापासून आपल्याला कोणीही विचलित करू शकणार नाही.

मला राहून राहून आश्चर्य वाटते की लोक स्वत:ला उत्तेजित करण्याकरता नेमकी उलटी मन:चित्रे वापरतात. त्यांच्या मनासमोर त्यांच्या कामाविषयी जी चित्रे असतात ती छोटी असतात, त्यात रंग नसतात, ती आकर्षक नसतात. बरे, त्यांना काम पूर्ण झाल्यानंतरचे फायदेसुद्धा छोटे छोटेच दिसत असतात, त्यातही रंग नसतात. मग ही मंडळी कामाबाबत उत्तेजित झाली नाहीत तर त्यात नवल काय? ह्यावरून आपल्याला काय शिकण्यासारखे आहे ते पाहूया. तुम्ही कृती करण्यास भाग पाडायला लावणारे चित्र तयार करा, ते रंगीत असू द्या, मोठे असू द्या, चलचित्र असू द्या. ते लख्ख प्रकाशातले असू द्या, तेजस्वी असू द्या व पहा तुमची उत्तेजना उंचावते की नाही.

प्रयोग क्र. : ५. उत्तेजना वाढवूया.

१. कळतं पण वळत नाही : एखादी गोष्ट तुम्हाला महत्त्वाची आहे हे पटते; पण त्यावर कार्यवाही होत नाही, अशी कोणतीही गोष्ट आठवा.

२. आक्षेप तपासा : शरीराच्या कोणत्या भागाचा त्या गोष्टीच्या कार्यवाहीवर आक्षेप आहे हे जाणून घ्या. हे करण्यासाठी तुमच्या सगळ्या जाणिवा जागृत ठेवा. आक्षेपाचे नेमके कारण जाणून घ्या.

३. कार्यवाही झाल्यानंतरचे फायदे : आता कामाच्या प्रक्रियेचा विचार न करता ते पूर्ण झाले आहे हे डोळ्यासमोर आणा. आता मिळणाऱ्या फायद्याविषयी विचार करा. किती प्रकारे फायदा होईल ह्याकडे नजर टाका. फायद्यासंबंधी काही

आवाज, शब्द कानावर पडताहेत का पहा. यशाची चव चाखा, यशाचा गंध दरवळतो आहे का पहा.

४. परिवर्तनासाठी कार्यपद्धती वापरा : मागील प्रयोगातील तुलनेची यादी आठवा. त्या यादीप्रमाणे काम पूर्णत्वाला गेल्यानंतरच्या फायद्याची चित्रे मोठी करा, रंगीत करा, चलचित्राच्या रूपात करा, त्यात कर्णमधुर संगीत जोडा, ती चित्रे जवळ आणा. ह्या सर्व गोष्टी ते काम 'आवडीचे' होईपर्यंत करा. एकदा का आपल्या मेंदूच्या स्मरणात त्या कामाविषयी ही चित्रे ठासून भरली की मग त्या कामाविषयी आपण उत्तेजित असतो.

सर्वसाधारणपणे सामान्य लोकांच्या मनातील आवाज हा फार कमकुवत असतो. खरे म्हणजे स्वत:ला उत्तेजित करणारी स्पंदनेच त्यांच्याजवळ नसतात. वरील प्रयोग करून तुम्ही तुमची स्पंदने तयार करू शकता. जीवनात नाट्यमय घटना घडल्या पाहिजेत अशी नुसती अपेक्षा ठेवून नाट्य घडत नसते; परंतु जर चित्तात नाट्य भरलेलं असेल तर बाहेर नाट्य साकार होते.

प्रयोग क्र. : ६. नवीन सवय लावूया.

१. पूर्वतयारी : हा प्रयोग करण्यासाठी शांत आणि निर्मळ वातावरणाची जागा निवडा. डोळे मिटलेच पाहिजेत असा काही नियम नाही. फक्त ह्या प्रयोगात सांगितलेली प्रक्रिया करताना उजव्या बाजूला पाहत सुरुवात करा. कल्पना करा की तुमच्यापासून अगदी थोड्या अंतरावर तुमची प्रतिकृती उभी आहे. हा प्रयोग आपण ह्या प्रतिकृतीवर करून पाहणार आहोत. त्यानंतर तुमची जर खात्री पटली तरच हा प्रयोग तुम्ही तुमच्यावर करून पहा. तुमची खात्री पटण्यासाठी हा प्रयोग करताना तुम्ही सतत तुमच्या प्रतिकृतीबरोबरच रहा.

२. नवीन सवय निवडा : तुम्हाला कोणती नवीन सवय अंगीकृत करायची आहे त्याबद्दल विचार करा. ती महत्त्वाची आहे हे तुम्हाला समजते; परंतु त्यावर कार्यवाही करायला तुम्ही कंटाळता. ह्या प्रयोगाकरता एखादी सोपी गोष्ट निवडा. उदा. घरची साफसफाई किंवा सकाळी लौकर उठणे वगैरे वगैरे.

३. फायदे पहा : आता तुमच्या प्रतिकृतीकडे पहा. नवीन सवय त्याने पूर्णत्वाला नेली आहे असे चित्र उभे करा. त्यामुळे त्याला अनेक प्रकारे फायदा होत आहे ते पहा.

४. सवयीची प्रक्रिया : तुमची प्रतिकृती नवीन सवय अमलात आणत आहे असे चित्र डोळ्यासमोर आणा. त्या कामाची संपूर्ण प्रक्रिया ती पार पाडत आहे

असे चित्र पहा. तुम्ही तिच्यापासून काही फुटांवरच उभे आहात. त्यामुळे तुम्ही तिच्याकडे अगदी बारकाईने पाहू शकता आहात. ती प्रतिकृती स्वत:ला उत्तेजित करण्यासाठी स्वत:शीच बोलते. तो आवाज ऐकण्याचा प्रयत्न करा. ते उत्तेजित करणारे शब्द ऐका. आणखी एक महत्त्वाची गोष्ट लक्षात घ्या, की प्रतिकृतीचं लक्ष शरीराला पडणाऱ्या त्रासाकडे नाही तर नंतर मिळणाऱ्या फायद्याकडे आहे. त्या फायद्याची चित्रे तिने मोठी केलेली आहेत व प्रक्रियेची चित्रे छोटी केलेली आहेत.

५. उजळणी करा : ह्या प्रयोगाची संपूर्ण उजळणी करा व स्वत:च्या मनाला विचारा की तुम्हाला तुमच्या प्रतिकृतीची जागा घ्यायला आवडेल काय?

६. जुळवून घ्या : तुमची जर खात्री पटली असेल तर अगदी अलगद ह्या प्रतिकृतीला पकडा व स्वत:च्या हृदयांत ठेवा. ज्यांनी हा प्रयोग मनापासून केला त्यातील काहीजण तर अक्षरश: आपले दोन्ही हात पुढे करून प्रतिकृतीला पकडायला जातात.

७. योजना आखा : आता रीतसर योजना आखा व नवीन सवयी अंगी बाणवा.

जरा उजळणी करूया.

आतापर्यंत तुम्हाला ह्या शास्त्राची चांगलीच कल्पना आली असेल. हे शास्त्र तुम्ही स्वत:ची तसेच इतरांची उत्तेजना वाढविण्यासाठी वापरू शकता. ह्या प्रकरणात तुम्ही खालील मुद्दे शिकलात.

१. स्वत:च्या उत्तेजनेची दिशा एकतर समस्येपासून लांब पळण्याची असते किंवा ध्येयाकडे जाणारी असते व आपण आपल्या उत्तेजनेची दिशा ठरवू शकतो.

२. आपली महत्त्वाची मूल्ये ओळखणे व त्याचा उत्तेजनेवर होणारा परिणाम तपासून पहाणे.

३. विशिष्ट कार्यपद्धती वापरून आपली उत्तेजना वाढविणे.

तुम्ही जर हे प्रकरण नुसतेच लक्षपूर्वक वाचलेत; पण ह्यातील एकही प्रयोग स्वत:वर करून पाहिला नाही तर ह्या शास्त्राची शक्ती आजमावायला तुम्ही सुरुवातच केली नाही. ह्या शास्त्राची शक्ती प्रचंड आहे. ती आजमावून पहा व पुढच्या प्रकरणासाठी तयार व्हा.

❐

५
झटपट बदल - फक्त तीन दिवसांत

पहिली चारही प्रकरणं वाचून झाली असतील तरच हे प्रकरण वाचावे, अशी वाचकांना विनंती आहे. ह्याचे कारण असे की ह्या शास्त्राची ओळख झाली आहे हे गृहीत धरूनच हा 'तीन दिवसांचा कार्यक्रम' आखलेला आहे. तुम्ही थेट हे प्रकरण वाचायला सुरुवात केलीत तर तुमच्या मनाचा गोंधळ उडेल. त्यामध्ये उपाययोजनेदाखल जे प्रयोग करायला सुचविलेले आहेत, त्याबद्दलची सविस्तर चर्चा आपण आधीच्या प्रकरणांमध्ये केलेली आहे; परंतु ती जर वाचलेली नसेल तर ह्या प्रकरणामधून काहीच बोध होणार नाही. म्हणूनच आधीची प्रकरणे न वाचता हे प्रकरण आधीच वाचू नये अशी परत एकदा नम्र विनंती.

पहिला दिवस :

हे शास्त्र वापरण्याचा तुमचा पहिलाच दिवस आहे. आपण हे तीन टप्प्यांमध्ये पाहणार आहोत. पहिल्या दिवशी पहिला टप्पा. कोणताही टप्पा ओलांडून जाऊ नका. मी येथे वाचकांना सावधानतेचा इशारा देऊ इच्छितो की आपल्याला एखादा टप्पा ओलांडून जायचा मोह होईल; परंतु सगळे टप्पे महत्त्वाचे आहेत. कोणतीही पायरी गाळून चालणार नाही.

आपल्या सर्वांच्याच आवडीनिवडी असतात व कळत नकळत आपण आपल्या आयुष्याचे दोन विभाग करतो. त्यातील एक आवडीचा असतो व दुसरा नावडीचा असतो. आज आपण फक्त ह्यावरच विचार करायचा आहे. कधीकधी आवडीच्या काही गोष्टींसाठी आपल्याला काही करावे लागत नाही, तर त्या आपल्याकडे आधीपासूनच असतात व काही गोष्टी आपल्याकडे नसतात *(उदा. नवीन गाडी किंवा नोकरीमधे बढती वगैरे वगैरे).* आपल्याला त्या हव्या असतात; पण त्या कशा मिळवायच्या हे माहीत नसते. त्याचप्रमाणे नावडीच्या गोष्टींबाबतही अगदी असेच असते. फक्त येथे आपली समस्या उलटी असते. नावडीच्या गोष्टी ज्या आपल्याकडे आहेत *(उदा. वाढलेले वजन किंवा रागीट स्वभाव),* त्या टाकून कशा द्यायच्या हे आपल्याला माहीत नसते. त्या नावडीच्या असल्यामुळे त्यावर आपली ऊर्जा खर्च झालेली आपल्याला आवडत नाही; परंतु आपल्यापुढे दुसरा पर्याय नसल्यामुळे

ऊर्जा खर्च करणे थांबविताही येत नाही. ह्यामुळे आपली उत्तेजना मावळते.

हे शास्त्र वापरून तुम्हाला झटपट बदल करायचा असेल तर सर्वप्रथम तुम्ही पुढील पानावर दिल्याप्रमाणे एक तक्ता तयार करा.

तुम्हाला दिसलेच असेल की तक्त्याची उभी आणि आडवी विभागणी केली आहे. उभ्या विभागणीच्या डाव्या हाताला **आवडीच्या** म्हणजेच **हव्या असलेल्या** गोष्टींची नोंद करायची आहे आणि उजव्या हाताला **नावडीच्या** म्हणजेच **नको असलेल्या** गोष्टींची नोंद करायची आहे. आता आपण तक्त्याची आडवी विभागणी पाहूया. आडव्या विभागणीच्या वरच्या बाजूला आपल्याजवळ **नसलेल्या** गोष्टींची नोंद करायची आहे, तर खालच्या बाजूला **असलेल्या** गोष्टींची नोंद करायची आहे.

	हवे आहे WANT	नको आहे DON'T WANT
नाही DON'T HAVE	१	३
आहे HAVE	२	४

ह्याप्रमाणे तक्ता चार भागांत विभागला गेला आहे. त्याचे चार चौकोन झाले आहेत व प्रत्येक चौकोनाला नंबर दिलेला आहे.

पहिल्या चौकोनात आपल्या आवडीच्या ज्या गोष्टी आपल्याला मिळवायच्या आहेत त्या गोष्टींची नोंद करायची आहे.

दुसऱ्या चौकोनात आपल्या आवडीच्या परंतु आपल्याकडे असलेल्या गोष्टींची नोंद करायची आहे.

तिसऱ्या चौकोनात आपल्या नावडीच्या ज्या टाकाऊ गोष्टी आपल्याकडे नाहीत अशा गोष्टींची नोंद करायची आहे.

चौथ्या चौकोनात आपल्याकडे असलेल्या परंतु नावडीच्या टाकाऊ गोष्टींची नोंद करायची आहे.

तक्ता भरून झाल्यावर खालील प्रश्नांचा विचार करा.

कोणता चौकोन सगळ्यात छोटा किंवा सगळ्यात मोठा झाला?

कोणता चौकोन सगळ्यात अवघड किंवा सगळ्यात सोपा होता?

कोणती नोंद ओळखीची वाटली?

चारही चौकोनातील नोंदींची तुलना केलीत तर काय वाटते?

ह्या सगळ्या प्रश्नांच्या उत्तरांवर नजर फिरवली तर तुमचे तुम्हाला समाधान वाटते काय? चौकोनात नोंद केलेल्या कोणत्या गोष्टी तुम्हाला बदलाव्याशा वाटतात? आज संपूर्ण दिवस फक्त ह्याच तक्त्याचा विचार करा.

दुसरा दिवस :

आपण चौथ्या प्रकरणामध्ये उत्तेजनेच्या दिशेविषयी चर्चा केली होती. त्यातील आशय आठवतो का? आता काल केलेला तक्ता हातात घ्या आणि पहा बरे ह्यात तुम्हाला उत्तेजनेची दिशा परावर्तित झालेली दिसतेय काय? त्या तक्त्यामधील एक नंबरच्या चौकोनातील गोष्टीवर कार्यवाही करण्यासाठी ध्येयाकडे जाणाऱ्या ऊर्जेची गरज असते. आपल्याला आवडत्या पण आपल्याकडे नसलेल्या गोष्टी आणि म्हणूनच प्रयत्न करून मिळवायच्या गोष्टी. तसेच चार नंबरच्या चौकोनातील गोष्टींवर कार्यवाही करण्यासाठी कटकटींपासून लांब जाणाऱ्या ऊर्जेची गरज असते. सगळ्या टाकाऊ गोष्टी पण त्यापासून लांब रहाण्यासाठी उत्तेजनेची गरज असते.

आपण आधीच पाहिले आहे की उत्तेजनेची दिशा कोणत्याही बाजूला असू शकते; परंतु जर आपण सजग नसलो तर एका कटकटीपासून पळण्याकरता दहा नवीन कटकटी पदरात पाडून घेण्याचा धोका असतो. म्हणूनच, आपण कशापासून पळतो आहोत व कोणत्या दिशेला पळतो आहोत, ह्याकडे लक्ष देणे आवश्यक आहे. आपण कोणत्याही समस्येपासून किंवा कटकटीपासून पळत असलो तरी ज्या

दिशेकडे पळत आहोत, ती दिशा सकारात्मक नसेल तर सगळेच मुसळ केरात जाईल.

जर तुम्हाला तुमच्या चार नंबरच्या चौकोनावर कार्यवाही करायची असेल तर लक्षात ठेवा की तुम्ही काही समस्यांपासून लांब राहणे पसंत केले आहे. अशा वेळेस आपण कुणीकडे जात आहोत ह्याबद्दल सजग असले पाहिजे. म्हणूनच चार नंबरच्या चौकोनातील यादी घ्या व खालीलप्रमाणे एक नवीन तक्ता तयार करा.

क्र.	माझ्याकडील टाकाऊ गोष्टी	रूपांतर	मला हव्या असलेल्या गोष्टी
१			
२			
३			
४			
५			
६			
७			
८			
९			
१०			
११			
१२			
१३			
१४			
१५			
१६			
१७			
१८			
१९			
२०			

त्या यादीतील प्रत्येक गोष्ट डाव्या बाजूला लिहा. त्या सर्व गोष्टी नावडत्या आहेत, टाकाऊ आहेत व त्या प्रत्येकापासून तुम्हाला लांब राहायला आवडेल. उदा. सिगारेट, दारू, वाढलेलं वजन, रागीट स्वभाव वगैरे वगैरे; परंतु ही नकारात्मक

भाषा झाली. आपण आधीच्या प्रकरणांमध्ये पाहिलेच आहे, मेंदूला नकारात्मक भाषा समजत नाही. काय करायचे नाही हे मेंदूला कळत नाही, तर काय करायचे हे मेंदूला कळते. म्हणूनच त्यातील प्रत्येक गोष्टीचे सकारात्मक भाषेत रूपांतर करून ते उजव्या बाजूला लिहा. उदा. सिगारेट आणि दारूचे रूपांतर सुदृढ आणि निर्व्यसनी व्यक्तिमत्व असे केले तर ते सकारात्मक होईल. तसेच वाढीव वजन टाकण्यापेक्षा सुडौल व निरोगी बांधा ठेवणे हे जास्त सकारात्मक होईल. नाहीतर आपण पाहतोच सिगारेटची सवय सोडण्याकरता लोकं तंबाखू खायला लागतात व कालांतराने तंबाखू आणि सिगारेट दोन्ही राहतात. दारूची सवय मोडायची म्हणजे मग वेळ कसा घालवायचा? मग जुगाराच्या नादाला लागतात. वजन कमी करायचे? म्हणून एकदम साखर खाणेच बंद करतात व त्यामुळे वेगळेच त्रास होऊ लागतात. समस्येपासून पळताना जर कुणीकडे पळत आहोत ह्याचे भान नसेल तर दहा नवीन समस्या मागे लागतात.

आता डाव्या बाजूच्या यादीतील प्रत्येक गोष्टीचे उजव्या हाताला रूपांतर करा. फक्त रूपांतर सकारात्मक असले पाहिजे. नकारात्मक रूपांतर मेंदूला कळणार नाही.

आता दुसऱ्या प्रकरणात चर्चा केल्याप्रमाणे टाकाऊ गोष्टींशी डिसअसोसिएट करा व रूपांतरीत गोष्टींशी असोसिएट करा. हे करण्यासाठी तुम्हाला प्रयोग क्र. १ *(पृ. क्र. २५)* आणि प्रयोग क्र. २ *(पृ. क्र. २८)* चा उपयोग करावा लागेल. आवश्यक असल्यास त्यात आपल्या सोयीनुसार फेरबदल करून घ्यावेत.

आता तिसऱ्या चौकोनातील यादीकडे वळा. ह्या सर्व टाकाऊ गोष्टींपासून तुम्ही आधीपासून लांब राहिला आहात. ह्या गोष्टींना तुम्ही आधीपासून डीसअसोसिएट केलेले आहे. याचाच अर्थ तुम्ही हे करू शकता व ते तंत्र तुम्हाला माहीत आहे. आता परत त्याच तंत्राचे तुम्ही अनुकरण करू शकता.

आता दुसऱ्या चौकोनातील यादीकडे नजर टाका व तुमच्याकडे किती चांगल्या गोष्टी आहेत ह्याची कदर करा. त्यासाठी परत त्या सर्व गोष्टींशी असोसिएट व्हा.

आज फक्त एवढ्यावरच थांबा.

तिसरा दिवस :

आज एक नंबरच्या चौकोनावर लक्ष केंद्रीत करा. हा सगळ्यात महत्त्वाचा चौकोन आहे. हा सकारात्मक आहे, हा मिळवायचा आहे. आता त्याला कालच्या रूपांतरीत यादीची जोड द्या.

सर्वप्रथम प्रयोग क्र. ३ करा *(पृ. क्र. ३३)* व स्वत:भोवती ऊर्जेचे वर्तुळ तयार करा. हा प्रयोग करताना, जर तुमच्या एखाद्या मित्राने किंवा मैत्रिणीने तुम्हाला सूचना

दिल्या आणि त्या सूचनांचे तुम्ही पालन केलेत तर त्याचा फायदा जास्त होईल. तुम्हाला खरोखरीच ते वर्तुळ तुमच्याभोवती तयार झाल्याचा अनुभव येईल. हे वर्तुळ तुम्ही जिथे जाल तिथे तुमच्याबरोबर येईल व तुम्हाला आत्मविश्वास देईल.

माझ्या कार्यक्रमात मी जेव्हा टप्प्याटप्प्याने सूचना देतो व संपूर्ण प्रयोग करून घेतो तेव्हा त्याचा परिणाम अतिशय चांगला होतो. सगळेजण उभे राहतात. डोळे बंद करतात व सूचनेप्रमाणे कल्पनाचित्र रंगवतात. एक पाऊल पुढे जातात व मागे येतात. संपूर्ण प्रयोग सांगितल्याप्रमाणे करतात व नंतर त्यांच्यात नवचेतना जागृत झालेली असते.

तुम्ही म्हणाल, 'मित्राला कसे कळेल काय सूचना द्यायच्या? त्याने कुठे हे शास्त्र शिकले आहे?'

प्रश्न बरोबर आहे; परंतु प्रत्येक प्रयोगाच्या सूचना काय द्यायच्या ते ह्या पुस्तकात नमूद केलेलेच आहे. त्या कोणीतरी वाचून दाखविल्या तरी चालतील. फक्त वाचताना टप्प्याटप्प्याने वाचून दाखवाव्यात. जसजशा सूचना वाचल्या जातील तसतशा तुम्ही त्या अमलात आणा म्हणजे प्रयोग यशस्वी होईल.

ह्या शास्त्रातील बहुतेक प्रयोग डोळे मिटून करायचे आहेत. त्यामुळे जर सूचना कोणीतरी वाचून दाखवल्या तर त्याचा जास्त फायदा होतो.

त्यानंतर प्रयोग क्र.६ *(पृ. क्र.५४)* करा व स्वत:ला नवीन सवयी लावण्यासाठी आवश्यक ते मानसिक बळ मिळवा. उत्तेजना वाढवा, आत्मविश्वास वाढवा व यशस्वी व्हा.

होय, सवय लावण्यासाठी प्रचंड मानसिक बळ लागते. एकदा का एखाद्या गोष्टीची सवय लागली की मग ती गोष्ट करण्यासाठी जवळजवळ ऊर्जा लागतच नाही म्हटले तर चालेल. प्रतिक्षिप्त क्रियेसारखी ती गोष्ट होऊन जाते. ती गोष्ट करण्यासाठी निर्णय घेण्याची गरज पडत नाही. आयुष्यात आपल्याला अनेक निर्णय घ्यायला लागतात, त्यासाठी ऊर्जा लागते. सवयी आपली ऊर्जा वाचवू शकतात. वाचलेली ऊर्जा आपण आणखी सत्कारणी लावू शकतो. फक्त गंमत अशी होते की आपल्याला ऊर्जा खर्च करणाऱ्याच सवयी पटकन लागतात व आपली ऊर्जा प्रतिक्षिप्तपणे खर्च होत जाते. काही चांगले कौशल्य शिकण्यापेक्षा वेळ वायफळ घालवण्याची सवय लावायला काहीही प्रयत्न करावे लागत नाहीत. असल्या सवयी आपोआप लागतात. चांगल्या सवयी लावायला निर्णय घ्यायला लागतो. ऊर्जा खर्च करावी लागते, मानसिक बळ लागते.

आपल्या सवयी ह्या गुरुत्वाकर्षणाच्या शक्तीसारख्या असतात. त्यात प्रचंड ओढ असते. अवकाशयानाला जेव्हा गुरुत्वाकर्षणाच्या बाहेर जायचे असते तेव्हा त्याला प्रचंड इंधन लागतं. एकदा का ते गुरुत्वाकर्षणाच्या बाहेर गेले की इंधनाची

गरज जवळ जवळ संपते. अवकाशातले हजारो किलोमीटर इंधनाशिवायच पार केले जातात. यानाचे इंधन फक्त गुरुत्वाकर्षणाच्या पट्ट्यातच खर्च होत असते. अगदी ह्याचप्रमाणे, सवयी लागताना आणि लागलेल्या सवयी मोडताना प्रचंड ऊर्जा लागते, मानसिक बळ लागते; परंतु एकदा का तो पट्टा पार केला की मग पुढचा प्रवास इंधनाशिवायच होतो.

म्हणूनच हे दोन्ही प्रयोग अगदी मनापासून करा व मग झटपट बदलाची गंमत बघा.

सरतेशेवटी एक सांगतो, जेव्हा बदल आवश्यक नसतो तेव्हा न बदलण्याची मात्र आवश्यकता असते; पण जेव्हा बदल जरुरीचा असतो *(बहुतेक वेळा तो जरुरीचा असतोच)* तेव्हा त्याचे आपल्यावर नियंत्रण येण्याआधी आपले त्यावर नियंत्रण असलेले केव्हाही चांगले.

◻

कायमस्वरूपी यश, मन:शांती मिळवून मजेत जगण्यासाठी...

पुढाकार घ्या
प्रभावी व्यक्तिमत्त्वाचे सूत्र

संजीव परळीकर

पुढाकार घेतल्याशिवाय कोणालाही काहीही मिळत नाही. आयुष्यात काहीतरी मोठं मिळवायचं असेल तर पुढाकार घ्यावाच लागतो. परंतु पुढाकार घ्यायचा म्हणजे नक्की काय करायचं हेच कित्येकांना माहीत नसतं.

काही मंडळींना वाटतं की, पुढाकार म्हणजे दुसऱ्यांना रेटून पुढे जाणे. परंतु आपण जर दुसऱ्यांना रेटून पुढे गेलो तर आपल्यालाही रेटणारा कोणीतरी, कुठेतरी, कधीतरी जन्माला येतोच; त्यामुळे असला पुढाकार यश देत नाही आणि समजा दिलंच तर ते जास्त दिवस टिकत नाही आणि समजा टिकलंच तर असल्या पुढाकारानं आयुष्य तणावग्रस्त होतं.

कायमस्वरूपी यश मिळवायचं असेल, मन:शांती टिकवायची असेल, तणाव कमी करायचे असतील, कंटाळवाणं आयुष्य झटकून मजेत जगायचं असेल तर 'पुढाकार घ्या' हे पुस्तक वाचा.

त्यासाठीही पुढाकार घ्यावा लागेल.

हे पुस्तक तुम्हाला मित्रासारखं मार्गदर्शन करील.

माझी खात्री आहे की, तुम्ही हे पुस्तक एखाद्या गोष्टीच्या पुस्तकासारखं वाचून मित्राला देऊन टाकणार नाही; तर स्वत:ची प्रत जपून संग्रही ठेवाल व दुसरी प्रत कुणा गरजूला भेट द्याल.

संभाषणातून सुसंवाद ही एक कला आहे. त्याचं माध्यम शब्द. योग्य त्या पद्धतीने त्याचा उपयोग करून जीवनात यशस्वी होण्याची गुरुकिल्लीच...

संभाषणचातुर्यावर उपयुक्त माहिती

चार शब्द द्यावे - घ्यावे

संजीव परळीकर

आपल्या अंगातली हुशारी दाखवायची असेल,
तर संभाषण हे करावंच लागतं.
ज्याला संभाषणातून सुसंवाद साधता येतो,
तोच खरा कर्तबगार ठरतो.
वरिष्ठ त्याच्याच बाजूनं कौल देतात.
सहकारी त्याच्याच बाजूनं उभे राहातात.
आप्तेष्ट त्याचंच ऐकतात.
ग्राहक अशाच व्यापाऱ्याची भरभराट करतात.
ह्याचा अर्थ सगळ्यांची हांजी हांजी करायची असा नाही,
तर चार शब्द देताना आणि घेताना थोडीशी काळजी घ्यायची.
ती आपल्याला कशाप्रकारे घेता येईल,
ह्याबद्दल काही अनुभव लिहिले आहेत.
ते तुम्ही वाचलेत तर तुम्हालाही ते नक्कीच उपयोगी पडतील.

www.ingramcontent.com/pod-product-compliance
Lightning Source LLC
LaVergne TN
LVHW031614060526
838201LV00065B/4837
* 9 7 8 8 1 7 7 6 6 7 9 3 6 *